Borgin sem ekki var hægt að brjóta „Ypres"

Almeyda Fernandez

Bandaríkin
2024

Áletrun

Bókartitill: Borgin sem ekki var hægt að brjóta „Ypres“
Höfundur: Almeyda Fernandez

Höfundur: Almeyda Fernandez
Hafðu samband: slushydoe@gmail.com

INNIHALD

I. París

Frá útsýnisstað svalanna er útsýnið fyrir neðan ekkert minna en dáleiðandi. Útbreiddir trjátopparnir fyrir neðan líkjast víðfeðmum skógi, stofnar þeirra faldir í flækjulegum vef af húsasundum og torgum, eins og sést frá tindi hás fjalls. Þessi tré, sem eru með rætur í jarðvegi franskrar sögu, eru ekki bara gróður; þau tákna kjarna landsins sem þau þrífast á. Á rykugum malargöngugötunni sem liggur á milli gróðursælda garðsins og iðandi götunnar, eru tvær ungar persónur, karl og kona, stunduð í fjörugum leik með spaða - einn af mörgum annars flokks boltaleikjum sem fámennu borgarastéttin hefur velþóknun á. Frakklandi. Jakkar þeirra og hattar hvíla á brún fallegs viðarkassa sem geymir blómlegt appelsínutré. Hjónin, rennblaut í svita af hita snemma morgunsólarinnar, eru án efa ástfangin. Fjörug samskipti þeirra, að því er virðist léttvæg og ómerkileg, er andstæða við þunga heimsins utan bólu þeirra. Það finnst mér næstum fáránlegt, þessi fíni dans ástúðarinnar, á tíma og stað sem er svo spennuþrungin. Þeir virðast ómeðvitaðir, eða kannski einfaldlega óáreittir, af veruleika hinnar djúpu kreppu sem þróast í kringum þá - kreppu sem hótar að neyta allt sem þeir þekkja og elska.

Frá þessum sömu svölum standa kennileiti Parísar í sláandi nálægð. Louvre teygir sig fram fyrir þig, skúlptúrar þess allt frá verkum Jean Goujon til meistaraverka Carpeaux; kirkjan heilags Clotilde, þar sem snillingur César Franck var falinn í áratugi, ósnortinn af sviðsljósinu; Quai d'Orsay járnbrautarstöðin, undur byggingarlistar sem sannaði að endastöð gæti kallað fram sömu tilfinningar og höll eða musteri; hvelfingin á Invalides, sem stendur stolt við sjóndeildarhringinn; og glæsilegu framhliðarnar umhverfis Place de la Concorde, sem hýsir sjávarútvegsráðuneytið. Fyrir alla sem skilja París - ekki bara sem borg, heldur sem tákn mannlegs afreks - er sjónin djúpt áhrifamikil. Listamennska sjávarútvegsráðuneytisins, með glæsilegum sökkla, listum og útskurði, þjónar sem vitnisburður um hátindi þjóðlegrar handverks. Að horfa á það er að vera fluttur á stað djúprar virðingar og aðdáunar.

Og samt er ríkjandi tilfinningin djúpstæð flóttatilfinning. Öll þessi fegurð, öll þessi arfleifð, var á einum tímapunkti hættulega nálægt eyðileggingu. Það var ógnað af öflum sem skildu gildi þess enn síður en ungu hjónin með spaðaskapinn, öfl sem meðvitund þeirra var aðeins hvísl miðað við mikilfengleika siðmenningarinnar sem þau reyndu að taka í sundur. Þetta voru verur sem grimmd þeirra var jafn grimm og fáfræði þeirra var takmarkalaus. París stóð á barmi hörmunga, en fyrir kraftaverk lifði hún af. Engin borg var nokkurn tíma í meiri hættu, og þó tókst henni, með einhverju gæfuspori, að afstýra hörmungum. Göturnar höfðu verið umkringdar leigubílum sem fluttu sjötta herinn – síðasta von um hjálpræði – sem hljóp áfram á ólýsanlegum hraða, sneri við bardaganum og ef til vill sjálfri sögunni.

"Íbúar Parísar hafa gert uppreisn og eru að koma til að biðja okkur um miskunn!" hugsuðu þýsku skátarnir og töldu lætin í leigubílabílunum sem keyrðu norður fyrir merki um læti. En það sem þeir höfðu í raun orðið vitni að var hröð hreyfing sjötta hersins, en komu hans myndi marka tímamót herferðarinnar. Þýski liðsforinginn, sem áttaði sig á mistökunum daginn eftir, gat aðeins hugsað: "Mikil ógæfa hefur yfir okkur." Reyndar var það miklu meira en hann hefði nokkurn tíma getað búist við.

Skelfingin yfir því sem gæti hafa verið, ásamt lotningu yfir því sem gerðist í raun, fyllir hugann lotningu þegar þú horfir á París af svölunum. Borgin hafði, þvert á móti, sloppið. Atburðurinn var ekki bara náinn kall - þetta var augnablik af hreinni undrun, sem er ómögulegt að átta sig til fulls. Það er of stórfenglegt, of mikilsvert til þess að hugurinn geti skilið það til fulls.

Götur Parísar, þó enn séu að jafna sig, bera nú sérkennilega ró, eins og um sunnudagsmorgun væri að ræða. Hinu venjulega suð af athafnasemi hefur verið skipt út fyrir rólega kyrrð, áberandi af stöku gnýri leigubíla sem snúa aftur. Bifreiðarúturnar, sem eitt sinn var fastur liður í lífi Parísar, finnast hvergi, eftir að hafa hörfað fyrir aftan víglínuna. Neðanjarðarlestar, sem nú eru mönnuð konum, eru orðin aðalsamgöngumátinn. Hestdregin rúta, að því er virðist upprisin frá liðnum tímum, skellir niður stórbreiðgöturnar, bílstjóri hennar - sterkur, glaðlynd sveitakona - safnar fargjöldum í ríflegum fellingum á svörtu svuntunni sinni. Margar af eyðslusamustu og ónauðsynlegustu verslununum eru lokaðar á meðan aðrar sitja hljóðar í aðdraganda þess að viðskiptin snúi aftur. Samt halda auðmjúku birgðabúðirnar, lífæð verkamannahverfanna, áfram að starfa eins og venjulega, án þess að vera með læti eða sjálfsvitund. Göturnar eru fullar af hermönnum í villtum fjölda einkennisbúninga – sumir í fölbláum, öðrum í svörtu – allir ruglað saman í óskipulegri en einhvern veginn sameinaðan sýningu. Gangstéttirnar eru doppaðar ekkjum og munaðarlausum börnum, sorg þeirra djúp en ósögð. Ungu stúlkurnar og konurnar í sorg eru fjölmargar, þungar svartar slæður þeirra eru eini sýnilegi mannfallslistinn sem franska stríðsskrifstofan leyfir.

París, sem áður var svo full af orku og glamúr, virðist nú staður umbreyttur - skrítinn, en samt ótvírætt sjálf. Innan við vaxandi skilning á hörmungum sem naumlega var varið, og rýrnandi meðvitund um það vald sem franska þjóðin hefur nú, stendur andi Parísar staðfastur. Frakkar eru farnir að skilja eigin sjálfsmynd að nýju. Þeir eru reiðir, en kalt svo; þeir eru ekki sigraðir, en þeir eru breyttir. Að verða vitni að þessari umbreytingu er ekkert minna en hvetjandi. París er á töfum, töfrum sem eykur fegurð seiglu hennar, jafnvel þegar hversdagsleg smáatriði daglegs lífs halda áfram að þróast, einkennilega viðvarandi.

Í lítilli íbúð á sjöttu hæð gæti maður fundið algjöra andstæðu við glæsileika borgarinnar fyrir neðan. Eldhúsið, hóflegt með aðeins tveimur gashringjum til að elda, gæti auðveldlega verið ímyndað sér undir rótum appelsínutrés í Tuileries-görðunum. Íbúðin er snyrtileg að nánast þráhyggjustigi, hver hlutur vandlega valinn og þykja vænt um. Eitt slíkt atriði er vatnslitamálverk, löngu gleymt en nú innrammað og sýnt með stolti. Eini íbúi íbúðarinnar, þrítug saumakona, þénar hóflega þrjá franka á dag, en samt er hún rík af einfaldleika sínum. Auður hennar kemur ekki frá efnislegum eignum, heldur frá rólegum aga þess að lifa innan sinna ráða. Þrátt fyrir yfirlætislaust eðli sitt, býr hún yfir eldheitu skapi sem aðeins tvennt getur valdið: að minnast á hjónaband eða tilraunir til að breyta viðteknum venjum hennar. Þetta eru hinar heilögu stoðir tilveru hennar. Heimsókn hennar til smábæjar síðasta sumar, til að aðstoða mágkonu sína við kaffihúsarekstur, átti að vera frídagur. Samt þoldi hún ekki tilhugsunina um að standa tímunum saman og þjóna mannfjölda sem hún skildi varla. Að lokum varð aðdráttaraflið í Parísarlífinu ómótstæðilegt og hún sneri aftur, þrátt fyrir vaxandi stríð í kringum hana. Ferðin var erfið, tók þrjá daga og tvær nætur, full af flóttamönnum og særðum hermönnum. Samt hélt hún áfram. Þegar hún kom aftur til Parísar bárust þær fréttir að Þjóðverjar hefðu látið kaffihúsið ósnortið, þó stríðið hafi vissulega sett mark sitt á.

Þegar hún er spurð um ferðina segir hún einfaldlega: "Þetta var hræðilegt. Þriggja tíma ferð breyttist í þriggja daga uppistand, ekkert pláss til að hreyfa sig og mjög lítið af mat eða drykk." Og þó, á endanum, hafði hún komist aftur.

Stríðið hafði truflað líf hennar, en ekki anda hennar. Í gegnum þetta allt hélst hún óbreytt, venjur hennar óbilandi eins og alltaf.

Og svo er Boulevard St. Germain - gamalt, glæsilegt heimili, minjar frá öðrum tímum. Setustofan, lokuð inni í tvo áratugi, er enn með þungum, dapurlegum innréttingum liðins tíma. Móðurkonan, ekkja með ægilegan vilja, er virk eins og hver kona sem er hálfnuð. Hún vaknar klukkan fimm á morgnana og enginn kokkur hefur nokkurn tíma uppfyllt kröfur hennar. Sonur hennar, sem er ungfrú á fimmtugsaldri, er lamaður og eyðir dögum sínum í hjólastól, umkringdur bókum, leturgröftum og dagblöðum. Samtöl þeirra snúast oft um fjárfestingar, stríðið og óvissu framundan. Þrátt fyrir skelfilegar aðstæður er aldraða ekkjan ákveðin og trúir því aldrei að Þjóðverjar verði sigraðir. „Þau verða aldrei barin,“ fullyrðir hún, „því þau eru alltaf fær um að finna upp eitthvað nýtt.“ Hún heldur áfram, óbilandi, að stjórna heimilinu sínu af sömu nákvæmni og valdinu sem hún hefur alltaf haft.

Öfugt við þrautseigju þessarar fjölskyldu er saga smart kjólasmiðs, fallegrar konu sem stríðið hefur snúið lífi hennar á hvolf. Eiginmaður hennar, sem eitt sinn var hermaður, gegnir nú litlu stjórnunarstarfi á meðan tveir ungir synir þeirra eru áfram mynd af unglegum Parísarglæsileika. Samt, þrátt fyrir yfirborðsfegurð lífs þeirra, hefur stríðið þvingað auðlindir þeirra. Verkstæðið hennar, sem eitt sinn iðaði af sjötíu starfsmönnum, stendur nú autt. Kjósasmiðurinn veltir fyrir sér erfiðleikunum sem stríðið hafði í för með sér og bendir á að einföldustu hlutir, eins og salt og sígó, hafi orðið ómögulegt að fá. Samt er hún vongóð, bíður þess að eðlilegt verði aftur, og þótt stríðið hafi sett mark sitt á, er andi hennar órofinn.

Í gegnum þessar sögur opinberar París, bæði sem borg og sem tákn, raunverulegan kjarna hennar. Þrátt fyrir ringulreiðina, þrátt fyrir óttann, endist hann. Og í því þreki er fegurð sem ekki verður slökkt.

Á síðustu augnablikum samkomu okkar fann ég sjálfan mig í hjarta Parísar, á heimili sem er frægt fyrir ríkulega fjölbreytt safnið. Þetta var staður bæði gamals og nýrra - brýnt, postulín, stórkostlegar viftur og húsgögn í bland við nútímamálverk sem fylltu veggina. Meðal listaverka voru freskur eftir Pierre Bonnard og samtíðarmenn hans sem skapaðu andrúmsloft bæði fágað og nútímalegt. Frá svörtum marmarasvölum var útsýnið ekkert minna en stórkostlegt og bauð upp á sjaldgæfa sýn á París, sjálfa miðborgina. Þetta var staður þar sem heimar rákust saman: höfundar, tónlistarmenn, málarar, stjórnendur og frjálsir aðdáendur voru allir samankomnir í sama rýminu.

Gestgjafinn, alltaf náðugur, hafði boðið háttsettum embættismanni frá utanríkisráðuneytinu, einhverjum sem ég hafði ekki séð í mörg ár. Þó að hún hafi ekki sagt það beinlínis, var ljóst að ætlun hennar var að auðvelda ferðir mínar til stríðssvæðisins, viðleitni sem ég hafði lengi skipulagt. Nokkrir af gömlum vinum mínum voru líka viðstaddir og það var ótrúlegt að sjá hversu mörgum hafði tekist að forðast virka þjónustu - sumir af nauðsyn vegna hlutverka sinna í stjórnsýslu, aðrir vegna hlutlausra afstöðu eða vegna þess að þeir voru taldir of gamlir eða líkamlega óhæfir. fyrir þjónustu. Nokkrir höfðu því miður farist við skyldustörf og skildu eftir tómt rými í herberginu.

Innan í fallegri ringulreið hlutanna sem kröfðust aðdáunar snerist samtal óhjákvæmilega að stríðinu. Embættismaður utanríkisráðuneytisins, klæddur fölum alpakka og gulum stígvélum, útskýrði með rólegu yfirvaldi merkinguna á bak við ýmsar litaðar bækur - Gular bækur, hvítar bækur, appelsínugular bækur, bláar bækur. En hin sönnu, brýnni mál voru látin ósnert. Tónlist lék, þar á meðal Schumann, þýskt tónskáld, sem bætti undarlegu en djúpu eðlilegu andrúmslofti við framganginn. Þá komu bókmenntir til sögunnar. Einn skáldsagnahöfundur, fús til að taka þátt, spurði mig álits á bók sem ber titilinn Vegur alls holds. Það kom honum á óvart að heyra að það væri enn að slá í gegn á alþjóðavettvangi, jafnvel þó að það hefði verið skrifað fyrir svo löngu síðan. Hann lýsti einnig yfir forvitni um George Gissing, nafn sem var nýtt fyrir honum.

Allt í einu, frá daufu upplýstu horni svalanna, truflaði rödd sem kom mér á óvart. Þetta var spurning sem virtist ekki eiga heima í miðri slíkri menningarumræðu:

"Með kveðju, hata þeir Þjóðverja á Englandi? Hata þeir þá virkilega? Ég efast um það. Ég efast stórlega um það."

Ég hló vandræðalega, eins og allir Englendingar gætu, undrandi yfir hreinskilni spurningarinnar. Hinn hverfuli þáttur, þótt stuttur sé, truflaði samtalsflæðið og færði áherslu okkar frá bókmenntum yfir á óþægilegra efni.

Þegar leið á kvöldið dró úr umræðum um fyrirhugaða heimsókn mína á framhliðina. Á meðan ferðin hafði verið skipulögð virtist ómögulegt að tímasetja raunverulega brottför. Ég valdi því að heimsækja Meaux, stað sem ég hafði lengi verið heilluð af vegna sögulegrar og bókmenntalegrar mikilvægis hans. Meaux hafði verið brenndur af Normanna á tíundu öld og varð vitni að skelfilegum fjöldamorðum á fjórtándu öld — atburðir sem voru áberandi í enskri sögu, sérstaklega fyrir aðalsmennina. Á sautjándu öld hafði það einnig verið aðsetur hins virta biskups Bossuet. En síðast, í fyrri heimsstyrjöldinni, höfðu Þjóðverjar sótt til Meaux áður en þeir voru stöðvaðir skammt frá París. Meaux var þannig orðið tákn, næsti punktur Parísar sem óvinasveitir náðu.

Jafnvel ferð til Meaux krafðist ákveðinna formsatriði. Ferðin, sem hefði tekið helming tímans með bíl, tafðist vegna hægfara lestarinnar sem hlykkjaðist meðfram Marne. En formsatriðin voru einföld. Meaux, bær með aðeins fjórtán þúsund íbúa, var einkennist af dómkirkjunni, svo mikið að þegar litið var á það úr fjarlægð virtist bærinn eingöngu samanstanda af þessu glæsilega mannvirki.

Þegar við komum leigðum við okkur vagn sem ekið var af hátíðlegum, öldruðum manni sem bauðst af lítilli ákefð til að fara með okkur til Barcy, þorps sem hafði orðið fyrir sprengjuárás og brennt í stríðinu. Fyrir fimmtán franka, plús þjórfé, samþykkti hann að sýna okkur vígvöllinn. Róleg, næstum uppgjöf hans, þegar hann benti á þorpin á leiðinni, bætti skelfilegri depurð í ferðina. Þegar við fórum í gegnum þorpin Penchard, Poincy og Monthyon talaði bílstjórinn um þýska skáta sem höfðu hertekið Meaux í stutta stund og töldu að þeir stæðu frammi fyrir miklu stærra herliði en raun ber vitni.

Bílstjórinn okkar útskýrði hvernig Þjóðverjar hefðu verið sviknir af enskum höfuðstöðvum í La Ferte-sous-Jouarre, sem hefðu sprengt brú í varúðarskyni. Síðan benti hann á fyrstu gröfina — einfalda en þó áberandi gröf, merkt með hvítum fána, krossi og litlum krans. Gröf hermanns frá 66. Territorials var tákn um síðasta örvæntingarfulla sókn Þjóðverja áður en þeir hörfuðu.

Þegar við héldum áfram fórum við yfir víðáttumikla sléttu með skógarblettum, hveitiökrum og einstaka legsteini. Svæðið hafði einu sinni verið staður blóðugra átaka, en nú í rólegheitunum hafði það verið endurheimt af náttúrunni. Jörðin, þótt enn væri ör í skotgröfunum, var nú þakin uppskeru og villtum blómum. Landið var hægt að gróa, þó minningin um stríðið ylli í rólegum gröfum á víð og dreif um landslagið. Sumar grafirnar voru merktar með hvítum fánum og krossum, á meðan aðrar voru einfaldlega númeraðar, óþekktir íbúar þeirra.

Við rákumst á bóndabæ sem Þjóðverjar höfðu eyðilagt. Húsgögnum var rænt og vínfötin brotin. Sjónin af þessu yfirgefna heimili, sem eitt sinn var fyllt af kunnuglegum hlutum, sem nú skilið eftir tómt og niðurbrotið, var sterk áminning um eyðileggingu stríðsins. Húsið stóð sem þögull vitnisburður um líf sem raskast vegna átakanna.

Barcy, sem eitt sinn var lykilvígvöllur, blasti við. Kirkjuturninn, þó hann væri mölbrotinn, stóð samt sem tákn um seiglu. Við fórum í gegnum þorpið sem hafði verið endurbyggt en bar samt merki um hörku átökin. Sum hús höfðu verið endurreist með nýjum rauðum þökum en önnur stóðu í rúst. Pósthúsið, sem var mikið skemmt, átti enn eftir að gera við að fullu og kirkjan, með brotnu þaki og brotnum rúðum, var áleitin sjón. Að innan voru kirkjubekkirnir að mestu ósnortnir, en altarið og skipið voru óskipulegur sóðaskapur eyðileggingar.

Þegar við fórum frá Barcy ókum við í gegnum landslag með fleiri grafhýsum – hvítir krossar sem merktu grafir hermanna. En það voru líka dekkri krossar, svartir, sem táknuðu grafir þýskra hermanna. Þessar grafir, lausar við nöfn eða kransa, virkuðu sem sterk áminning um óvininn sem einu sinni hafði hertekið þetta land. Andstæðan á milli hvíta og svarta krossanna var sláandi og táknaði hina djúpu sundrungu sem stríðið skapaði.

Þegar við lögðum leið okkar aftur til Meaux voru túnin, sem einu sinni bardagasvæði, nú þakin uppskeru, sem virtist hunsa grafirnar undir þeim, vaxa yfir þeim eins og í trássi við langvarandi nærveru stríðsins. Hveitið og hafrarnir, þroskaðir til uppskeru, voru til vitnis um seiglu náttúrunnar.

Loks, eftir langan dag íhugunar og minningar, snerum við aftur á hina venjulegu, málefnalegu járnbrautarstöð í Meaux. Á kaffihúsinu bar frönsk kona fram te eins og ekkert óeðlilegt hefði komið upp á. Samt, þegar við komum aftur til Parísar, vissi ég að reynslan af því að heimsækja framhliðina, að sjá grafirnar og leifar bardaga, myndi fylgja mér að eilífu. Það var kröftug áminning um að víglínurnar, þó þær væru fjarlægar, hafi einu sinni verið nær en við þorðum að ímynda okkur.

II. Franska framhliðin

Okkur var tekið á móti okkur á boðorðinu af yfirmönnum sem réðu, sem höfðu átt von á okkur. Fljótlega kom í ljós að þetta var algengur viðburður. Hvort sem það var hershöfðingi, ofursti eða herforingi, á hverju stoppi væri hæsti liðsforinginn viðstaddur til að útskýra ástandið. Og þeir útskýrðu allt með skýrum hætti sem aðeins Frakkar virðast búa yfir - óvenjulegri gjöf, eins og sýnt er fram á í opinberum skýrslum um fyrri stig stríðsins, sem hafði verið deilt með engilsaxneskum almenningi í gegnum Reuter.

Fjögurra manna hópur okkar var í fylgd með gnægð bíla og bílstjóra. Á engan tíma á daginn, hvort sem við vorum á hraðakstri eftir holóttum, versnandi vegi eða göngum um landið, vantaði mig starfsmann við hlið mér. Hver og einn gaf mér þá tilfinningu að þeir væru eingöngu til til að þjóna mér. Hvert smáatriði í ferð okkar var vandlega skipulagt og öll aðgerðin gekk snurðulaust fyrir sig. Enginn amerískur fréttaritari fyrir Lusitania hefði getað dekrað við meira af Þjóðverjum, sem voru örvæntingarfullir eftir hylli hans, en mér var skemmt af Frökkum, sem höfðu þegar unnið velvild mína án þess að þurfa að reyna.

Eftir formsatriði að kveðja, gengum við upp á háa verönd á stóru kastala skammt frá. Þaðan breiddist víðáttumikið land Frakklands út fyrir okkur í glitrandi hálfhring. Í fjarska markaði lágt svið af hæðum, óreglulega doppuðum trjám, sjóndeildarhringinn. Áin sneri sér í gegnum landslagið og rann inn í þéttan skóglendi og litla lund. Þar fyrir utan teygðust endalausir víngarðar upp í mismunandi hlíðum og læddust út úr dalnum næstum að fótum okkur. Lengst til vinstri stóð bær með háum verksmiðjustrompum hljóður, reyklaus.

Bændakonur beygðu sig lágt í víngörðunum, meðan jörðin virtist vera lifandi af ræktun og gaf ríkulega eftir. Atriðið var stórkostlegt, stillt á móti glæsilegum sumarsíðdegi. Sólin hékk hátt á lofti og varpaði risastórum fjólubláum skuggum sem færðust hægt yfir líflega gróður landsins. Loftið var fullt af tilfinningu friðar, tignar og kyrrlátrar auðlegðar franskrar jarðvegs.

„Sérðu hvítu línuna á hæðunum þarna? spurði einn lögreglumannanna og braut upp stórt kort.

Ég giskaði á að þetta væri vegur.

„Þetta eru þýsku skotgrafirnar," útskýrði hann. „Þeir eru í fimm kílómetra fjarlægð og byssustaða þeirra er falin í skóginum. Okkar eigin skotgrafir eru ósýnilegar héðan."

Þetta var stórkostleg stund - í fyrsta skipti sem ég rak augun í þýsku skotgrafirnar. Sjónin vakti blöndu af lotningu og djúpri sorg. Hugsanir mínar hlupu: Allt Frakkland handan þeirrar línu, land alveg eins og það sem ég stend á, byggt fólki alveg eins og það sem er í kringum mig, er undir þrúgandi harðstjórn innrásarhers. Þegar ég reyndi að átta mig á umfanginu, varð mér ljóst — þessi skotgröf spannuðu frá Oostende til Sviss, og sömu menn og höfðu byggt þá stunduðu svipaðar aðgerðir allt til norðausturs og Riga og eins langt suðausturs og landamæra Rúmeníu. Á því augnabliki hugsaði ég: Þessir brjálæðingar kunna að vera vitlausir, en þeir eru vitlausir á stórkostlegan, ógnvekjandi hátt.

Við vorum komnir að framan.

Síðustu tuttugu mílurnar höfðum við ekið eftir þungum eftirlitsvegi, lokaðri almennum borgurum. Jafnvel yfirmennirnir þurftu að fara í gegnum varðmenn og hvísla lykilorð til að forðast að vera vísað frá. Borgaralífi á þessu svæði hafði verið stöðvað og var ótryggt frá einni máltíð til annarrar. Flugvélar öskruðu yfir höfuð og splundruðu hvers kyns friði. Ekkert bréf gat farið út úr pósthúsi án lögboðinnar töf í þrjá daga og símskeyti voru mjög grunsamleg. Að komast inn á járnbrautarstöð var næstum jafn erfitt og að komast inn í virki og aðeins þeir sem voru með vegabréf eða sérpassa gátu notið þess takmarkaða frelsis sem eftir var. Samt, mitt í þessu öllu, sá ég engin merki um neyð. Enginn kinkaði kolli eða kvartaði. Allir virtust sætta sig við nauðsyn þessara ráðstafana í þjónustu hinnar gríðarlegu hervélar. Þeir biðu, rólegir og með öruggu brosi.

Það væri ónákvæmt að segja að borgaralegt líf væri stöðvað. Undir lögum hernaðareftirlitsins héldu grundvallarþættir lífsins áfram. Landið hélt áfram að gefa af sér og uppskeran blómstraði, allt upp að jaðri þýsku vírflækjanna. Lögreglumenn vöruðu bændur við hættunni, en þeir svöruðu einfaldlega: Landið verður að vinna.

Þegar þýska stórskotalið byrjaði að skjóta myndu bláklæddu konurnar hverfa í skjól skógarins. Hálftíma eftir að byrgið hætti, komu þeir varlega upp aftur og héldu áfram starfi sínu. Einn bóndi, að því er virtist áhyggjulaus, setti jafnvel upp regnhlíf fyrir skugga - þó það væri karlmaður.

Við vorum óneitanlega fremstir. En á því augnabliki virtist framhliðin meira óhlutbundin en raunveruleg. Engin bardagahljóð, engin merki um eyðileggingu - bara dauf, föl lína þýsku skotgrafanna, sem varla sést á fjarlægum hæðum. Fjarlægt þruma ómaði um loftið. Það var skothljóð. Lítill reykur kom í fjarska. Samt gerði þessi stutta truflun ekkert til að skemma æðruleysi landslagsins. Allt atriðið virtist áhugalaust um stríðið sem blasti við rétt handan við það.

En jafnvel í þessari ró vissum við að við værum á barmi einhvers stórs og hættulegs.

Nokkru lengra á leiðinni var okkur sýndur eftirleikur fyrri stórskotaliðsárásar – gríðarmikill gígur sem steyptist í jörðina. Sjónin af þessari skyndilegu eyðileggingu varð til þess að stríðið fannst minna óhlutbundið, raunverulegra.

„Það eru áttatíu þúsund karlmenn fyrir framan okkur,“ sagði einn lögreglumannanna og benti í átt að landslagið.

"En hvar?" spurði ég og átti erfitt með að skilja.

„Grafinn — í skotgröfunum,“ svaraði hann.

Það þótti ótrúlegt.

Ég sneri mér við og spurði: „Og hinir — hinir látnu?

„Við tölum aldrei um þá,“ var hljóðlátt svarið. "En við hugsum oft til þeirra."

Aðeins nær stríðssvæðinu heimsóttum við parc du génie — verkfræðingagarðinn — þar sem við sáum hæðir af gaddavírsspólum, miklu hættulegri en nokkuð sem bændur notuðu. Þessar spólur virtust hannaðir ekki bara til að fella, heldur til að rífa í sundur alla sem komu of nálægt. Það voru líka timburstaflar til að stinga upp námum, sekkar af jörðu fyrir bráðabirgðavirki og Chevaux de frise — fjórodda tæki sem eru hönnuð til að kveikja á þeim sem voru svo óheppnir að festast í þeim. Jafnvel tjörugur pappír var geymdur til að nota til að halda skurðum þurrum. Magn birgða var yfirþyrmandi.

Nálægt var lítill hópur þýskra fanga að sinna lítils háttar vinnu undir gæslu. Þeir fluttu um, sögðu upp, eins og þeir vissu að stríðinu væri hvergi nærri lokið. Einn liðsforingi sagði okkur að þegar hann hefði nefnt möguleikann á að skipta um fanga hefðu Þjóðverjar mótmælt og kosið fangavist fram yfir að snúa aftur til hryllings vígstöðvanna. Fangarnir litu út fyrir að vera hrottalegir, áberandi áminning um mannskemmandi áhrif stríðs.

Skammt frá þessu fórum við um sjúkrahús — ambulance de première ligne — sem var komið fyrir í verksmiðju. Þetta var fyrsti viðkomustaður hinna særðu sem komu beint frá búningsstöðvunum fyrir aftan víglínuna. Símtal kallaði á bifreið, sem oft barst á undan börumberunum. Hægt var að gera aðgerð á hinum slasaða innan klukkustundar frá því að þeir særðust, þó að margir starfsmenn og búnaður spítalans hafi verið færanlegir og geta flutt sig um set fljótt eftir þörfum.

Eitt sjúkrahús hafði einu sinni verið rýmt að öllu leyti innan sextíu mínútna og brugðist skjótt við skipun um skyndilegan flutning. Við ferðuðumst um aðstöðuna og fórum í gegnum litlar deildir, skurðstofur og geymslusvæði, allt ilmandi af eterlykt. Sjúklingarnir voru fáir, en þreytan í andliti læknisins sagði söguna um gríðarlega erfiði sem hlýtur að hafa átt sér stað á bak við þessar lokuðu dyr.

Í stórum húsagarðinum fundum við tjaldsjúkrahús, tilbúið til að flytja með stuttum fyrirvara. Læknastarfsfólkið vann hljóðlega innandyra, undirbjó sig fyrir næstu kreppu, en fyrir utan beið vagn með dauðhreinsunarbúnaði, tilbúinn til að koma á vettvang með augnabliks fyrirvara.

Ferðinni okkar hélt áfram með heimsókn í fluggarð sem er staðsettur í víðáttumiklum hveitakri ofan á hæð. Þar sáum við flugskýli sem hýsa flugvélar sem notaðar voru til að beina stórskotaliðsskoti. Vélarnar voru með eigin flutningabíla — stundum þurfti að flytja þær á vegum ef þær skemmdust. Yfirmaðurinn sem réði, ungur undirforingi með suðurlandshreim, sýndi getu flugvélanna, sýndi okkur þráðlausan búnað þeirra og gaf okkur tækifæri til að setjast í flugstjórnarklefann. Þrátt fyrir óviðeigandi flugveður snéri hann vélinni í gang og gaf drag sem beygði hveitið fyrir aftan okkur og blés hattana af okkur.

Eftir það voru okkur sýndar loftvarnarbyssur, sérstaklega hannaðar til að ná niður óvinaflugvélum. Lögreglumaðurinn gaf okkur nákvæma útskýringu á virkni byssanna, sem stóð í næstum hálftíma, þó mikið af því væri ofar mínum skilningi. Það var hins vegar ljóst að þessar byssur voru smíðaðar til að ná skotmörkum sínum með banvænni nákvæmni.

Lokastopp okkar var klukkan sjötíu og fimm — hið fræga franska stórskotalið. Við fylgjumst með virkni þess, nákvæmni sem hún var hlaðin og skotin með og hraða hraða. Þegar við stungum upp á því að prófa það samþykkti yfirmaðurinn strax. Innan nokkurra augnablika var byssan tilbúin til að skjóta. Með snörpum hvelli var skelinni skotið á loft, ferill hennar ósýnilegur, áfangastaður óþekktur. Öðru skoti var skotið til góðs, og stórskotaliðsmenn stóðu tilbúnir, búnir undir það sem næst kom.

Við förum í aðra niðurgöngu niður í jörðina og höldum okkur nokkrum metrum lengra þegar, óvænt, klofnar skurðurinn í þrjár áttir. Rugl kemur á. Við erum óviss um hvaða leið við eigum að fara og lögreglumaðurinn á bak við okkur, eins týndur og við erum, hefur heldur ekki hugmynd um það. Lögreglumaðurinn sem ætti að leiða okkur er rúmum þrjátíu metrum á undan og þrátt fyrir útköll okkar er ekkert svar. Við skriðum upp úr skurðinum, komum upp á yfirborðið, þar sem auðn auðn teygir sig eins langt og augað eygir. Engin merki eru um félaga okkar, ekki einu sinni spor þeirra. Jörðin, ósnortin af mannlegri nærveru, virðist hæðast að okkur. Þetta er í sjálfu sér grimmur vitnisburður um víðáttu og einangrun skotgrafahernaðar.

Eftir augnablik af skelfingu birtist loks liðsforingi sem vísar okkur á rétta leiðina, skurðinn lengst til hægri. Við höldum áfram, göngum í þrúgandi hitanum, algjörlega ráðvillt. Stefnuskyn okkar er algjörlega glatað.

Að lokum komum við að hluta vegarins þar sem járnbraut liggur yfir. Í fjarska sjáum við þýska fangablöðru, hreyfingarlausa við himininn. Járnbrautin, sem eitt sinn var tákn framfara og hagkvæmni, stendur nú yfirgefin, merkjavírar hennar hanga eins og lúin tætlur, sporin ryðga í burtu. Sjónin er áleitin. Það er nánast óskiljanlegt að verða vitni að slíkri vanrækslu á meginlínu í því sem einu sinni var blómlegt og siðmenntað land. Maður fer að velta því fyrir sér hvort við séum vitni að leifum glataðrar siðmenningar, sál hennar þurrkuð út vegna brjálæðis stríðsins.

Þessi tiltekna járnbrautarteining er gagnslaus fyrir bæði Þjóðverja og Frakka. Það liggur innan fransks yfirráðasvæðis en er of berskjaldað fyrir þýskum stórskotaliðum til að það komi að einhverju gagni. Um tíu kílómetrar eru eftir af teinum sem þjónar sem sorglegur minnisvarði um tilgangsleysi innrásarinnar. Það er staður sem vekur vonleysi.

Ferðin heldur áfram og loksins komum við að þorpi sem liggur á oddinum á frönsku sjónarhorni. Sjónin sem blasir við okkur er hjartnæm. Þorpið hefur verið gjöreyðilagt. Rústirnar eru grátbroslegt sjónarspil stríðs. Innan um rústirnar sjáum við undarlegar, óhugnanlegar leifar: bangsa sem hvílir á brotnum tröppum stiga, rúmgrind hálfgrafinn í rusli og beinagrindarleifar fugla í búri sem enn hangir uppi á vegg. Allt svæðið er heitur sprengjuárásar, íbúar þess lentir í linnulausri hringrás ofbeldis. Samt neita nokkrir almennir borgarar að fara, þrátt fyrir ringulreiðina. Alls sautján — sjö karlar og tíu konur — eru þrjósk á sínum stað. Ég tala við eina aldraða konu sem fullyrðir að engin hætta sé á því að lífið verði að halda áfram. Augnabliki síðar springur skel aðeins hundrað metrum frá þeim stað sem við stöndum. Það er edrú áminning um fáránleika trúar hennar og grimman veruleika stríðsins sem umlykur okkur.

Þorpskirkjan, sem eitt sinn var helgidómur, er nú skuggi fyrri sjálfs síns. Þak þess er horfið, þó að tveir þunnir bogar séu eftir, sem virðast ögra þyngdaraflinu. Nokkrum sorglegum blómum er raðað á altarið. Þrátt fyrir eyðilegginguna er messa enn haldin á hverjum sunnudegi, sem er vitnisburður um þolgæði mannsandans. Við hittum þorpsprestinn, veikburða mann sem klæðist Heiðursveitinni. Í augum hans sjáum við bæði þunga áranna og óbilandi einbeitni sem hefur haldið honum á þessum yfirgefna stað.

Við höldum áfram ferð okkar í gegnum skotgrafirnar, sem virðast nú eins og völundarhús neðanjarðarganga. Hiti sólarinnar finnst en sést ekki. Skilti á veggjum, eins og "Tranchee de repli," eða "Guetteur de jour et de nuit" (áhorfandi að degi og nóttu), vísa veginn. Við opnum eina hurð og þar inni hittum við fölan mann sem virðist nánast draugalegur og stendur vakandi í myrkrinu. Hann segir ekkert, en þögul nærvera hans er órólegur.

Fyrir utan þetta sjáum við innsýn í yfirgefinn veg og víðáttumikið gaddavírsnet. Leið okkar hlykkjast lengra og við komum að bráðabirgðaskýli sem byggður er úr hrunnum heimilum og hesthúsum. Hljóðið af riffilskoti heyrist í fjarska en við getum ekki séð upptökin. Okkur er sýnt vélbyssuklefann, þar sem trýniopið er afhjúpað í stutta stund, og síðan erum við leidd neðanjarðar í athvarf, skjól fyrir óumflýjanlegum sprengjuárásum.

Við leggjum svo leið okkar að herbergjum mannanna, þar sem okkur er fagnað með hljómandi "Bonjour, les poilus!" frá foringjanum. Bjarta brosið hans og fjörug tilþrif eru smitandi. Hermennirnir kveðja með stolti og eldmóði, framkoma þeirra fyllt grimmri trúmennsku. Einn hermaður er sérstaklega áberandi — maður með skarpt augnaráð og sterka nærveru. Líkamstjáning hans talar um óbilandi sjálfstraust, eins og hann segi: "Ég veit hvers virði ég er, og ég er algerlega hollur þessu máli." Ungur liðsforingi segir að þessir menn búi yfir bæði villidýri og hreinleika engils – djúpstæð athugun, sem ég get ekki annað en dáðst að.

Hersveitin, sem hefur verið staðsett í þorpinu síðan í haust, hefur neitað að láta létta á sér og kraftur þeirra virðist eins ferskur og þeir væru nýkomnir. Þægindi hermannanna koma á óvart. Þeir hafa búið til litla garða með styttum, íþróttahús til afþreyingar og jafnvel leikhús með leiksviði og búningum. Þetta, öfugt við ringulreiðina fyrir utan, talar um aciglu og aðlögunarhæfni þessara manna.

Lokaáfangastaður okkar er fyrstu línuskurðurinn og upplifunin er ólík öllu sem við höfum séð áður. Skurðurinn, þótt hann sé sópaður hreinn og vel við haldið, líkist litlu grimmu, drullufylltu rásunum sem við erum komin að tengja við hernað. Þess í stað líkist það löngu viðargalleríi. Hliðar, loft og gólf eru öll smíðuð úr viði og þó handverkið sé frumlegt er það hagnýtt og furðu snyrtilegt.

Okkur er sagt að engir verkfræðingar hafi komið að smíðinni, en samt er litið á hana sem ein snjallasta staða að framan. Skurðurinn er daufur upplýstur, með litlum lykkjuholum sem veita þröngt, en mikilvægt, útsýni yfir svæðið fyrir utan. Götunum er komið þannig fyrir að hermenn geta beint vopnum sínum í gegnum þær án þess að verða að fullu fyrir skoti óvina. Hvert gat er merkt með nafni hermannsins sem henni er úthlutað og á milli bilanna eru ljósmyndir og póstkort af ástvinum — átakanleg áminning um líf sem þeir berjast fyrir að vernda.

Þegar við skoðum í gegnum götin sjáum við skotgrafir óvinarins í fjarska, aðskildar frá okkur með rönd af auðnuðu landi. Nálægðin tveggja hliða er áþreifanleg. Skotgrafahernaðurinn sem skilgreinir þessi átök er óumflýjanlegur veruleiki fyrir bæði Frakka og Þjóðverja. Spennan er að kæfa og það kemur í ljós að þetta stríð er ekki bara spurning um stefnu og auðlindir, heldur um að lifa af.

Þegar við förum úr skurðinum og snúum aftur til herforingjans, er tekið á móti okkur með meira kampavíni. Hátíðin er kærkomið frestun frá hryllingi framan af og andrúmsloftið ríkir félagsskapur og virðing. Foringinn stjórnar samkomunni með sínu óhagganlega sjálfstrausti og sjarma. Forysta hans, eins og margra annarra í franska hernum, vekur aðdáun og tryggð.

Á síðasta augnabliki léttúðar er okkur sögð saga af Lieutenant sem, í miðri bardaga, spurði þorpsprestinn hvort hann mætti halda messu. Svar prestsins var einfalt en djúpt: "Ef þú ert prestur, þá þú má." Og svo hélt Lieutenant, í einkennisbúningi sínum og innan um eyðileggunguna, messu fyrir menn sína.

Þegar við undirbúum okkur fyrir brottför bergmálar stórskotaliðshljóð í fjarska. Spennan er áþreifanleg enn og aftur. Við förum fljótt að skurðinum, beygjum okkur lágt þegar sprengingar rokka jörðina í kringum okkur. Lögreglumennirnir skipa okkur að telja upp að fimm áður en við rísum upp, sem varúðarráðstöfun gegn brotinu sem kemur í kjölfar fyrstu sprengingarinnar. Við hreyfum okkur varlega, höldum höfðinu niðri og skynfærin vakandi.

Í þessu stríði missa tími og rúm alla merkingu. Framlínurnar eru staður stöðugrar hættu, þar sem líf og dauði eru aðskildir með aðeins tommum. Samt, innan um ofbeldið og eyðilegginguna, er enn óneitanlega tilgangur, trú á að þrátt fyrir allt sé sigur enn innan seilingar.

III. Rústir Lþað er

Þegar ferðast er inn í Rheims meðfram Epernay veginum virðist atriðið sem tekur á móti þér dæmigert við fyrstu sýn - lífið heldur áfram eins og venjulega. Það eru ekki lengur þær einu sinni nauðsynlegar tolleftirlit og göturnar eru fullar af amstri daglegs lífs. Konur – sumar ungar og sláandi – horfa áhugalausar á þegar bíllinn þinn keyrir framhjá. Börn hlaupa og hrópa í hlýju sólarinnar og njóta áhyggjulauss leiks. Litlu kaffihúsin og verslanirnar halda dyrum sínum opnum, uppteknar af daglegum viðskiptum. Bakarinn er duglegur að vinna og miðaldra heimamenn halda áfram rólegum venjum sínum, djúpt í hugsun. Hermenn eru viðstaddir, en það er ekki óvenjulegt; Hermenn eru staðsettir í næstum öllum helstu borgum í Frakklandi, jafnvel á friðartímum. Í stuttu máli lítur vettvangurinn mjög út eins og einhver af fátækari ytri götunum á leiðinni í miðbæinn.

Hins vegar, á innan við tveimur mínútum, breytist allt. Stutt akstur og komið er inn í korter þar sem lífið er alveg horfið. Þetta svæði hefur ekki bara verið skemmt – það hefur verið afmáð. Byggingarnar, þó þær standi enn á köflum, eru eyðilagðar án þess að gera við þær. Það þarf að endurbyggja þá frá grunni og byrja með kjallara. Þetta svæði er auðn, ósnortin af lífi, vitnisburður um eyðileggingu. Stór hús, lítil heimili og verslanir hafa öll orðið fyrir jafn miklum skaða. Framhliðin kunna að standa – sumar enn ósnortnar á meðan aðrar halla sér ótryggt – en innréttingarnar eru ekkert nema hrúga af rusli. Sums staðar hafa heilu gólfin horfið og eru aðeins óvarðir veggir eftir. Í öðrum hanga gólf í undarlegum sjónarhornum og ögra þyngdaraflinu. Það sem einu sinni var heimili eða atvinnustaður hefur nú breyst í óþekkjanlegan hrúgu. Meðal rústahauganna má sjá brot af innilegum búsáhöldum: baðkari, hluta af spegli, veggteppi, potti. Jafnvel útfararkrans hangir enn í búðinni, furðuleg leifar af eðlilegu lífi. Síma- og símavírar hanga lauslega, flæktir úr brotnum staurum. Klukkan á mótmælendakirkjunni er frosin klukkan korter í sex.

Skeljarnar sem óvinurinn hefur skotið virðast dutlungafullar í eyðileggingunni. Ein skel gerir einfaldlega nógu stórt gat á húsgarðinum til að grafa heilan þýskan her, en önnur, öflug 210 mm skel, slær í gegnum innri vegg og opnar kjallarana undir. Það ótrúlega er að tíu manns eru í skjóli þar og fyrir kraftaverk sakar enginn. Á meðan eru gömul verslunarskilti, eins og „Góða vonin" og „Árangur dagsins", hangandi, boðskapur þeirra er nú næstum því að hæðast að stórslysinu.

Íbúar þessa fjórðungs, og margir aðrir í Reims, eru farnir. Sumir hafa farist en aðrir hafa flúið til staða eins og Epernay eða Parísar. Þeir skildu allt eftir sig — en í vissum skilningi skildu þeir ekkert eftir. Harmleikurinn er svo umfangsmikill, svo óskiljanlegur, að það er ómögulegt að átta sig fyllilega á umfangi hans. Samt, innan um hryllinginn, er undarleg fegurð í rústinni - einkennilega, jafnvel í eyðileggingu nútíma byggingarlistar, taka rústirnar stundum á sig ákveðna mynd af glæsileika. Myndin af fölum svefnherbergisveggpappír sem er andstæður svörtu múrverki, með hluta húss sem skagar upp eins og röndótt súla innan um ringulreiðina, festist í huganum. Það þjónar sem tákn um tjónið sem þýska herinn olli.

Þessi eyðilegging er ekki tilviljun - það er einmitt það sem Þjóðverjar ætluðu þegar þeir fóru yfir til Frakklands. Eyðing heimila, fyrirtækja og lífs, umbreyting gleði í sorg, var markmiðið alla tíð. Þetta var verk skipuleggjenda og leiðtoga hersins, sem hugsuðu upp þessa eyðileggingu af köldum, vísindalegum ásetningi. Grimmdin við það er augljós, en það sem er enn hrikalegra er hreint tilgangsleysi þess. Tilfinningaleysið yfirgnæfir hugann. Þessi eyðilegging, sem sprottin er af pólitískri græðgi, virðist jafnvel voðalegri en ef hún væri kveikt af trúarlegum átökum. Þetta er andstyggilegt tímaleysi, hörmuleg minjar liðins tíma sem virðist ekki eiga heima í nútímanum.

Forvitnilegt er að í nálægum fjórðungi - sem hefur ekki verið alveg útrýmt - kemur maður heim í leigubíl, farangur í eftirdragi. Þjónustustúlkan bíður við dyrnar og minnir stuttlega á að lífið haldi áfram í sumum vösum. Í öðru undarlegu máli má segja að fasteignaeigandi, sem byrjaði að byggja hús rétt fyrir stríð, hafi hafið byggingu á ný í miðri þessari ringulreið. Og á Esplanade Ceres heldur gosbrunnurinn áfram að renna rólega, þrátt fyrir eyðilegginguna í kring, á meðan þýskir skotgrafir liggja í aðeins tveggja mílna fjarlægð.

Það er ómögulegt fyrir neinn með skynsemi að skoða landafræði þessarar eyðileggingar án þess að álykta að Þjóðverjar hafi verið að miða sérstaklega við Dómkirkjuna. Með því að rekja þær götur sem hafa borið hitann og þungann af árásinni má glöggt sjá að Þjóðverjar voru að reyna að koma höggi á dómkirkjuna. Meirihluti skemmdanna snýst um þessa helgimynda byggingu.

Samt, merkilegt nokk, stendur Dómkirkjan.

Þó að svæðið í kringum hana sé jafnað, með hótelum og erkibiskupshöllinni í rúst, er dómkirkjan enn ögrandi í eyðileggingunni. Ytra þakið er horfið, mikið af múrverkinu hefur molnað og margar stytturnar hafa verið eyðilagðar eða sveigðar í gróteskar, pyntaðar myndir. En í kjarna sínum og lögun er Dómkirkjan áfram vitnisburður um þrek. Turnarnir, þótt örir séu, standa sterkir og virðulegir, hátíðleg nærvera þeirra óhagganleg. Já, skaðinn er gríðarlegur - flóknir útskurðir, glergluggarnir og skrautlegar innréttingar eru að mestu horfin - en burðarvirki dómkirkjunnar hefur staðist árás þýskra stórskotaliðs. Það verður aldrei það sama, en það er til - enn leiðarljós ögrunar í ljósi yfirgnæfandi líkur.

Þjóðverjar, ef til vill í gremju, virðast nota dómkirkjuna sem skotmark fyrir heift sína. Þeir skjóta skeljum á það ekki vegna þess að það hefur eitthvert stefnumótandi gildi, heldur vegna þess að það táknar eitthvað sem þeir fyrirlíta - tákn fransks stolts og siðmenningar. Frakkar reyndu að verja það með því að fjarlægja hluta af glerinu, en í hvert skipti sem þeir gerðu það komu þýskar skeljar. Hið linnulausa stórskotaliðsárás heldur áfram, með 3.000 skotum sem falla á eða nálægt dómkirkjunni innan 24 klukkustunda, en samt endist uppbyggingin. Þýzka herinn notar sprengju, frekar en sprengiefni, í árás sinni, sem gerir það ljóst að þeir vilji kvelja, en ekki eyðileggja dómkirkjuna. Þetta er tilgangslaus látbragð - einskis tilraun til að brjóta eitthvað óbrjótanlegt.

Þegar ég kom fyrst í Dómkirkjuna var mér sagt að það hefði verið logn í nokkra daga. En þegar ég kom aftur morguninn eftir höfðu fimm skeljar til viðbótar lent í nágrenninu. Ég sá af eigin raun tjónið af völdum 155 mm skel sem sprakk við botn austurveggsins. Ég hafði verið þarna kvöldið áður og gatið var svo sannarlega ekki til staðar þá. Ég skoðaði það klukkan 8:20, aðeins tveimur tímum eftir að það var búið til, og dagblaðastrákur var að bjóða mér morgunblaðið rétt við hliðina á því. Flakið eftir sprengjuárásina var ferskt, en Dómkirkjan stóð, ótrúlega vel, áfram.

Síðar um daginn borðuðum við hádegisverð á hóteli í Reims, sem var nýlega opnað aftur eftir lokunartímabil. Húsfreyja og ættingi hennar þjónuðu okkur, bæði enn í sorg. Þrátt fyrir skotárásina að undanförnu var undarlega rólegt andrúmsloft á hótelinu. Konurnar fóru í gegnum eyðilegginguna með stóísku afskiptaleysi og héldu áfram að þjóna gestum sínum af fagmennsku, eins og ekkert hefði í skorist. Æðruleysi þeirra andspænis slíkri eyðileggingu var hvetjandi. Úti skein sólin og lífið – þó breytt – virtist halda áfram. Hundar léku sér á götum úti og börn ráfuðu undir trjánum. Jafnvel þó að borgin væri illa farin var seiglu íbúa hennar augljós.

Í hádeginu gengu nokkrir liðsforingjar til liðs við okkur - menn sem höfðu barist í gegnum bardagana við Marne og Aisne og í gegnum skotgrafirnar. Þrátt fyrir skelfilega reynslu þeirra hafði enginn slasast. Þeir töluðu af mikilli fágun og æðruleysi um hryllinginn sem þeir höfðu orðið vitni að en lýstu einnig yfir aðdáun sinni á hugrekki og hetjudáð frönsku hermannanna og óbreyttra borgara. Einn liðsforingi deildi sögu um hermann sem, þegar hann lenti á víðavangi á milli óvinalína, hélt áfram að hrópa „Vive la France! þrátt fyrir að hafa verið skotinn ítrekað. Hugrekki hans var ósveigjanlegt, jafnvel þegar líkami hans var fullur af byssukúlum.

Eftir máltíðina héldum við áfram ferð okkar um stríðshrjáða sveitina, fórum í gegnum bæi og akra sem höfðu umbreyst í stríðinu. Allt í kringum okkur virtist vera í þjónustu við átökin, jafnvel hversdagslegustu athafnir. Og samt, mitt í eyðileggingunni, voru augnablik undarlegrar fegurðar - aldingarður sem blómstraði undir glampandi sól, eða trjáklædd stígur sem leiddi okkur áfram, í átt að hinu óþekkta. Þegar við nálguðumst Arras var nærvera stríðsins óumdeilanleg, en samt hélt lífið - einhvern veginn - áfram, þrátt fyrir allt.

Þegar þú kemur loksins til Arras er ekki um að villast hversu mikil eyðileggingin hefur dunið yfir borgina. Ólíkt Rheims, sem býður upp á hverfula blekkingu um sitt fyrra sjálf, sýnir Arras sitt sanna ástand strax. Fyrsta gatan sem þú lendir í er vettvangur algjörrar auðn, tómur og forboðinn. Óhreinar gardínur hanga í rifnum blöðum og bögga út úr möluðum rúðum. Hvert sem litið er eru leifar skeljaelda áberandi. Byggingarbitar liggja á víð og dreif um vegi og gangstéttir, ásamt grasblettum sem vaxa þar sem áður voru heimili. Þegar haldið er áfram í gegnum borgina er komið að stóru hringlaga torgi, sem eitt sinn var stórkostlegt en er nú í rúst. Sérhver bygging í kringum hana er í sama sorglegu ástandi og það er skelfileg þögn sem hangir í loftinu. Á stuttum augnablikum á milli þrumandi fallbyssueldsins er eina hljóðið sem rýfur þögnina drunur frá gardínum og gluggatjöldum sem blakta á móti tómum gluggakarmunum, eða dauft, aðgerðalaust brak í lausu gluggahleri. Ekki einn einasti köttur ráfar um göturnar. Við erum algjörlega ein, aðeins í fylgd með litlum hópi starfsmanna yfirmanna, tregðu leiðsögumenn okkar um þetta stríðshrjáða landslag. Við getum ekki skákað þeirri tilfinningu að við séum boðflennir, sem vanhelgum stað sem eitt sinn var fullur af lífi.

Á móti okkur hefur skel lent í húsi og rifið allt framhlið þess af. Í gegnum gapandi holuna sjáum við stofuna á jarðhæðinni og fyrir ofan það svefnherbergið. Rúmið er snyrtilega búið, hvít rúmfötin enn óspillt, eins og það væri ósnortið af ringulreiðinni fyrir utan. Skrýtið er að allt er enn hryllilega kyrrt. Húsgögnin, þrátt fyrir halla gólfsins, hafa ekki enn fallið niður í götuna fyrir neðan. Svefnherbergið lítur út eins og sýning á safni, eins og það sé svefnherbergi frægа manneskju til sýnis fyrir ferðamenn - ósnortið, varðveitt en samt svo fjarlægt upprunalegu hlutverki sínu. Fyrir utan hafa nokkrir stólar verið slegnir út úr húsinu og liggja þeir á hvolfi í götunni, á meðal ruslsins, óáreittir. Í allar áttir kvíslast götur, en þær eru þöglar og yfirfullar af grasi og rústum.

"Sjáðu virkið sem ég á hér!" segir yfirmaðurinn með biturri kaldhæðni. "Taktu eftir stefnumótandi mikilvægi þess. Hann er opinn á allar hliðar. Þú getur gengið beint inn, eins og þetta væri vindmylla. Og samt sprengja þeir hana. Í gær skutu þeir tuttugu skotum á hverri mínútu í klukkutíma inn í borgina. Algjörlega tilgangslaus eyðilegging . En svona eru þeir!"

Við færum okkur lengra inn í borgina og senurnar verða enn undarlegri. Eitt hús er orðið að engu nema þaki, sem nú myndar eins konar sigurboga. Allt í kring eru pottaplöntur - enn í blóma - ýmist settar í kassa við veggi eða hangandi í gluggarömmum. Göturnar eru þaknar fínu lagi af duftgleri. Síma- og símavírar hanga í þykkum, flæktum þráðum, sem minna á yfirgefna köngulóarvefi, sem hindra oft leið þína og neyða þig til að forðast þá. Hljóðin af hlutum sem breytast eða falla inni í rústuðum byggingum eru stöðug og skapa óhugnanlegt andrúmsloft. Svo skyndilega kemur hljóð í gegnum þögnina - barnsgrátur. Það er sterk áminning um að borgin, þrátt fyrir eyðilegginguna, er ekki alveg yfirgefin. Kona kemur út úr húsi sínu og læsir hurðinni varlega á eftir sér. Er hún að tryggja það gegn hótun um skeljar eða til að halda þjófum úti? Þegar við göngum tökum við eftir pípum sem koma upp úr gangstéttinni og gefa frá okkur bláan reyk. Þessar pípur eru ytra merki þess að þeir fáu íbúar sem eftir eru hafa breytt kjöllurum sínum í bráðabirgðastofur - stofur og svefnherbergi sem bjóða upp á nokkurt öryggi.

Við förum niður í eitt slíkt neðanjarðar athvarf. Stofan á jarðhæð, með sínum fínu húsgögnum, hefur verið eyðilögð af skel, sem blandar saman ríkulegum útskurði við brotna veggi og gluggatjöld undir ryklagi. En neðanjarðarhýsingarnar, með sínu trausta bogaþaki og traustu útliti, eru vel skipulagðar, snyrtilegar og furðu notalegar og bjóða upp á smá þægindi í ringulreiðinni.

Inngangurinn er vandlega varinn og verndar íbúana fyrir frekari sprengjuárásum.

"Samt," segir húseigandinn og yppir öxlum, "210 mm skel myndi fara í gegnum allt. Það væri endalok okkar." Hann réttir upp hendur í uppgjöf, dauðsföll hans jafnast næstum á við borgina sjálfa - staður sem á sér langa sögu þjáningar. Arras hefur verið umsetið og eyðilagt ótal sinnum. Upprunalegu Vandalarnir réðust ítrekað á það, síðan Frankar, Normannar á níundu öld og ýmsir aðrir innrásarher. Á fimmtándu öld settist Karl VI um hana í sjö vikur án árangurs og undir stjórn Lúðvíks 11. var henni misþyrmt hrottalega. Á endanum féll það undir spænska yfirráða, aðeins til að endurheimta Frakkland árið 1640 eftir annað umsátur. Síðan þá hefur verið tiltölulega rólegt tímabil í borginni, fyrir utan byltinguna og auðvitað núverandi eyðileggingu. Þeir sem hér hafa dvalið virðast hafa erft ótrúlega hæfileika til að þola þjáningar.

Á götunni þar sem við tókum fyrst eftir eldavélarpípunum sem stíga upp af gangstéttinni birtist póstmaður, klæddur venjulegum frönskum póstbúningi, með kunnuglega svarta veskisboxið hangandi í mitti hans og penna fyrir aftan eyrað. Hann flytur hús úr húsi og afhendir bréf á þann hátt sem virðist venjulegur í hvaða borg sem er — nema hér, hann rennir bréfunum einfaldlega í gegnum tóma gluggarammana og bankar aldrei. Þetta er sláandi mynd, bæði venjuleg og súrrealísk, vitnisburður um þrautseigju lífsins í glötuninni.

Við höldum áfram ferð okkar og komum að dómkirkju heilags Vaast, sem er glæsilegt mannvirki í borginni sem sker sig úr jafnvel í rústum. Þó ekki sé mikið lofað af byggingargagnrýnendum, gerir hinn gríðarmikli, einfaldi barokkstíll Arras dómkirkju hana fullkominn frambjóðanda til að bera hitann og þungann af sprengjuárásum. Stórir, flatir fletir þess hafa tekið í sig ótal högg, en styrkur byggingarinnar er enn. Örin eftir sprenginguna eru greinilega sýnileg, samt draga þau ekki úr glæsileika dómkirkjunnar. Ef eitthvað er, þá bæta þeir við dökkri fegurð þess, sem gerir það að tákni trúarhollustu innan um eyðileggingu. Þýskir herforingjar sem hafa varpað sprengjum á þessa síðu hafa aðeins stuðlað að hörmulegri glæsileika dómkirkjunnar. Þrátt fyrir eyðilegginguna er nærvera dómkirkjunnar bæði tignarleg og draugaleg, mun meira sláandi en hin fræga dómkirkja í Rheims.

Í norður þverskipinu hefur 325 mm skel búið til gapandi holu sem er nógu stór til að risastór skepna geti farið í gegnum. Samt, jafnvel mitt í þessu flaki, er ótrúleg samsetning - í nágrenninu er kaffihús nánast ósnortið. Glösin, krúsirnar og stólarnir sitja þar enn, hulin ryki, nákvæmlega eins og þau voru skilin eftir. Þú gætir auðveldlega náð í gegnum glugga til að ná í glas, en þó er atriðið fáránlega kyrrt, eins og borgin hafi frosið í tíma. Þar skammt frá sýnir gamalt hús óvarið þaksperrurnar, en bjálki hefur fallið úr loftinu, sem logar nú undir berum himni, eldgóður.

Þrátt fyrir eyðilegginguna heldur lífið áfram. Lengra á eftir rekumst við á grænmetisbúð, sem er enn opin og starfrækt, sem býður upp á undarlega sýn á eðlilegt ástand í annars eyðilagðum heimi. Þegar við hringjum í kringum Dómkirkjuna og komum að Ráðhúsinu, mætum við fleiri rústum. Ráðhúsið var byggt á sextándu öld og vandlega endurreist á þeirri nítjándu og er nú í rúst. Á bak við það þjónar yfirgefin bifreið, yfirfull af ryði, sem sorglegt tákn um auðnina í kring. Farartækið, sem er ósnortið af tímanum, stendur þögult mitt í stríðinu sem er í gangi, áberandi áminning um hljóðlátar þjáningar borgarinnar.

Hægra megin við Ráðhúsið sjáum við undarlega sjón – raðir af haugum af múrsteinum, steinum og rusli. Þessir haugar líkjast ekki heimilum, eða jafnvel neinu sem er auðþekkjanlegt mannlegt. Þeir eru einfaldlega hrúgur af rústum, sem merkja leifar þess sem eitt sinn var mikilvægasta götu borgarinnar. Gatan, full af lífi og viðskiptum, er horfin, karakter hennar þurrkaður út með stanslausum sprengjuárásum. Það gæti að lokum verið endurreist, en það verður aldrei eins.

Forvitinn spyr ég: "Hvað heitir þessi gata?"

Enginn yfirmanna í hópnum gat munað nafnið á aðalatvinnugötunni í Arras og það var ekki einn heimamaður í sjónmáli til að spyrja. Það var eins og sjálft nafn götunnar væri horfið, eins og það væri þurrkað úr minninu, svipað og byggingarnar sem áður höfðu staðið þar. Þrátt fyrir að hafa leitað að því í ferðahandbókum, alfræðiorðabókum og landakortum, var það enn fáránlegt - glatað í sögunni, falið einhvers staðar djúpt í tíma.

Eyðilegging götunnar var ekki hennar eigin ógæfa; það var einfaldlega á vegi þýsku stórskotaliðsins sem stefndi að Ráðhúsinu. Eyðileggingin sem það varð fyrir var fylgifiskur hernaðaráherslu sem hafði ekkert með götuna sjálfa að gera, heldur Ráðhúsið, sem varð aðal skotmarkið. Þjóðverjar höfðu enga hernaðarlega hagsmuni af ráðhúsinu - það hafði ekkert hernaðarlegt gildi. Hins vegar var þetta glæsilegasta mannvirkið í Arras, elskað af heimamönnum, óbætanlegt í sjarma sínum. Þetta gerði það að táknrænu skotmarki. Það var eins og Þjóðverjar væru að ráðast óbeint á Ráðhúsið í stað þess að miða beint á Ráðhúsið með því að skaða allt í kringum það, eins og þeir héldu barni hermanns í gíslingu og hótuðu að limlesta það nema hermaðurinn gæfi sig fram. Hvort sem þessi aðgerð var afleiðing hernaðarlegs rökfræði eða hreinnar brjálæðis, þá var þetta vísvitandi árás á eitthvað sem skipti fólkinu svo miklu máli.

Þegar við komum að framan Ráðhúsinu gátum við alveg séð hversu mikið Þjóðverjar höfðu einbeitt kröftum sínum að því. Ráðhúsið sat við jaðar víðáttumikils og tilkomumikils bogadregins torgs, einsleitur arkitektúr þess ótvírætt frá tímum spænska hernámsins. Þegar við skoðuðum þetta torg, og næstum eineggja tvíbura þess skammt frá, varð ljóst að Arras var einu sinni göfug borg, full af glæsileika. Merkilegt nokk hafði torgið sjálft varla verið snert af sprengingunni. Engum skeljum var sóað á torginu, því Þjóðverjar höfðu einbeitt öllum eldi sínum að Ráðhúsinu og tryggt að verðmætari mannvirkið væri í rúst.

Frá ystu hlið torgsins stóð ég undir spilasalnum til að verja mig fyrir rigningunni og teiknaði grófa útlínur af rústuðu Ráðhúsinu. Þegar ég bar skissuna mína saman við gamla leturgröftur af sömu senu, varð eyðileggingin enn áberandi. Á súlunni á jarðhæð voru nokkrir bogar sem enn stóðu, útlínur þeirra óskemmdar, en efri hluti framhliðarinnar var lagður í rúst, aðeins brot af vegg var eftir sem leiddi í ljós tvö gluggagöt. Allt þakið var farið og síðari viðbótin vinstra megin við bygginguna var alveg þurrkuð út. Fyrra, útskorið múrverk hægra megin við Ráðhúsið stóð enn en mikið skemmd. Eitt sinn stolta klukkuhúsið, sem hafði verið það hæsta í Frakklandi í næstum 250 fet, var horfið. Eftir stóð hnöttóttur stubbur, eins og brotin risatönn, sem náði þrjóskulega nokkrum fetum hærra en upphaflega þaklínan. Í kringum rústirnar sköpuðu hrúgur af sorpi og rusli grátlegt atriði.

Arras, svo það sé minnst, er í Frakklandi, ekki Þýskalandi. Þessi staðreynd er mikilvæg vegna þess að á þeim tíma var talið að Þýskaland barðist í varnarstríði, verndaði landamæri sín og hélt uppi því sem það taldi æðstu hugsjónir siðmenningarinnar. Samt, hér vorum við, í Arras, frönsku borginni, sem hafði orðið fyrir mikilli eyðileggingu sem var óviðjafnanleg í Þýskalandi. Þjóðverjar voru komnir í gegnum Belgíu og inn í Frakkland, ekki til að sigra, heldur til að „verja" sig. Og með því afmáðu þeir fegurð Arras og breyttu henni í óþekkjanlega auðn, allt í nafni þess að varðveita eigin siðmenningu. Það er erfitt að skilja hvernig Þjóðverjar gætu réttlætt slíkar aðgerðir ef þeir væru virkilega að verja heimili sín. Hvað hefði gerst, maður spyr sig, hefðu þeir verið að heyja landvinninga og eyðileggingarstríð? Hefðu þeir náð lengra?

Ég er ekki talsmaður hefnda eða hefndaraðgerðar, en það er erfitt að horfa framhjá hinum harða veruleika. Þýskaland verður að skilja að fullu umfang þeirrar eyðileggingar sem það hefur valdið. Besta leiðin fyrir þá til að átta sig á þessu væri ef, í lok stríðsins, væri ein af þeirra eigin borgum — til dæmis Köln — skilin eftir í svipuðu ástandi og Arras. Þetta gæti verið harkalegt fyrir Köln, en það væri ekki alvarlegra en það sem Arras hafði þolað. Þar að auki er almennt talið að erfiðleikar stríðs dragi fram það besta í persónu þjóðarinnar. Ef þetta er satt, þá er stríð, með öllum sínum þjáningum, einhvern veginn nauðsynlegt mein. Samt, eftir að hafa séð eyðilegginguna í Arras, get ég ekki neitað því að ég myndi hiklaust skipta út árstekjum til að sjá Köln lækka í sama ástand. Þessi löngun, þó að hún sé kannski óafsakanleg, stafar af því að sjá af eigin raun algjöra eyðileggingu staðar sem einu sinni var fullur af lífi og fegurð.

Þegar við héldum áfram ferð okkar í gegnum borgina gengum við götu eftir götu þar sem ekki ein einasta bygging var ósnortinn eða í byggð. Þessar götur, við fyrstu sýn, virtust vera þöglar, eins og íbúarnir væru innandyra og biðu þess að óróinn gengi yfir. En það var enginn innandyra. Það var alls enginn. Allt hverfið var í eyði, draugabær. Einsemdin var þrúgandi og órólegur. Sérhver gluggi var brotinn, hver veggur var rifinn og heilir hlutar sumra bygginga höfðu verið alveg slegnir út. Ein bygging afhjúpaði sex herbergin sín, sem hvert um sig útsett fyrir veðrunum, þar sem einu sinni fína veggfóðrið er nú að molna í burtu. Eigandi þessa staðar hafði sýnilega dálæti á antrasít ofnum, þar sem hver arinanna sex innihélt einn, allt á undraverðan hátt óskemmt. Pósthúsið hafði verið afmáð, gert að rústahaug.

Næst komum við að járnbrautarstöðinni, byggð af Compagnie du Nord árið 1898, tiltölulega nútímalegt mannvirki. Framhlið hennar var tilkomumikil, en nú var hún merkt skeljaholum af öllum stærðum. Skel hafði naumlega saknað skrautlegs framhliðar stöðvarinnar og skafið af skreytingunum. Sérhver glerrúða var mölbrotin og járnið var þakið þykku ryðlagi. Skiltin á stöðinni, sem venjulega myndu leiðbeina farþegum, voru skelfilega kyrr. Þú gætir horft beint í gegnum stöðina eins og um tóma beinagrind væri að ræða. Þögnin innra með sér, aðeins merkt af fjarlægu hljóði stórskotaliðs, var óeðlileg, kaldhæðin. Á pöllunum voru glerskýli fyrir farþega brotin niður í örsmá brot, járnið er nú klætt ryð. Merkjapóstarnir stóðu í auðn og eyddir, tilgangur þeirra varð tilgangslaus vegna flaksins. Jafnvel járnbrautarteinarnir sjálfir voru yfirteknir af hömlulausum gróðri, frumskógur læðist yfir teinana. Okkur var sagt að þetta væri afleiðing af varnarstríði Þýskalands - stríð sem barist var til að vernda heimalandið og meintar hugsjónir þess. Raunveruleikinn var hins vegar borg sem breyttist í skelfilega rúst, til vitnis um hrikalegan kostnað stríðs. Þessi vettvangur þróaðist 7. júlí 1915, dagur sem verður greyptur í minningu allra sem urðu vitni að því.

IV At Grips

Áður hef ég minnst á það að því er virðist óljóst og hversdagslegt eðli stríðs þegar það er stundað á svo miklum mælikvarða að það verður næstum óskiljanlegt. Þegar þú ert hjá starfsmannastjóra geturðu fylgst með næstum öllu af eigin raun. Þó að ég sé viss um að ákveðnum málum sé haldið huldu fyrir þér, í stórum dráttum, þá færðu aðgang að næstum öllu því sem er sýnilegt. Auðvitað er enginn möguleiki á að skyggnast inn í huga hershöfðingjans, sem geymir lykilinn að þeim aðferðum sem munu móta gang sögunnar. Hershöfðinginn gæti talað lengi um fortíðina eða nútíðina og boðið upp á innsæi hugleiðingar. En þegar kemur að framtíðinni er hann enn kjaftstopp. Ef hann er staðsettur nálægt miðju að framan gæti hann sagt þér, á sinn rólega hátt, að búast mætti við verulegri hreyfingu á vængjunum. Aftur á móti, ef hann er staðsettur við einn af vængjunum, mun hann fullvissa þig, alveg eins blíðlega, um að mikil hreyfing gæti brátt þróast í miðjunni. Þú finnur ekki fyrir vonbrigðum með svona svör, því þú veist að spurningarnar sem þú setur fram verðskulda einmitt slík svör. Samt, þrátt fyrir þetta, er ótvírætt vonbrigði að geta ekki skilið einu sinni augnablikið – yfirþyrmandi atburðir sem gerast í kringum þig, hamra í eyrum þínum og þoka sjón þinni.

Tökum til dæmis hljóðið af byssum. Ég er ekki að vísa til þráláts, næstum stöðugs gnýrs byssuskotanna sem virðist bergmála úr öllum áttum, heldur tiltekins hljóðs frá tilteknum byssuþyrpingum. Ég spyr um þá og stundum hika meira að segja herforingjarnir áður en þeir ákveða hvort þeir tilheyra óvininum eða frönsku hernum. Almennt séð getur óbreyttur borgari greint óvin sem skotinn er með ógnvekjandi, sandi hljóði skothylksins þegar það hleypur í átt að honum. Á hinn bóginn þagnar frönsk skel, sem hleypur frá honum, áður en sprengingin hefur náð eyrum hans. Ég gæti lent á milli hóps þýskra byssna og hóps franskra byssna, næstum í jafnfjarlægð frá báðum.

Þegar mér hefur verið tilkynnt um gerð byssanna og þyngd þeirra, og kannski jafnvel grófa staðsetningu þessara vopna á starfsmannakortinu, geri ég mér grein fyrir því að þessi vitneskja færir mig ekki nær því að skilja allt umfang ástandsins. Að finna þessar byssur í raun og veru gæti tekið hálfan dags fyrirhöfn og jafnvel þegar ég finn þær uppgötva ég ekkert annað en nokkrar vélar sem eru falin í bráðabirgðaskýli, sem starfa í einangrun með aðstoð nokkurra svitablautra manna . Ferlið er fjarri þeirri mynd af hernaði sem maður gæti búist við. Sléttu skoti er hlaðið í byssuna, fylgt eftir með heyrnarlausri sprengingu - og skotið hverfur og skilur engin ummerki eftir. Enginn í athvarfinu virðist hafa áhyggjur af því hvert það fór eða hvað það gerði. Sími situr í grenndinni, en það eina sem stafar af honum eru tölur, tæknilegt hrognamál og einstaka sinnum áminning, sem vekur sveittir menn til að gera smávægilegar breytingar á byssunni eða næstu skothríð.

Ég skil ekki skotmarkið og mennirnir sem stjórna byssunum ekki heldur. Mér er frjálst að fara út í leit að skotmarkinu. Mér er bent á það. Kannski er það bygging eða hópur mannvirkja, eða það gæti verið eitthvað allt annað. Í besta falli er það ekkert annað en fjarlægur blettur í víðáttumiklu, flóknu landslagi. Frá sjónarhóli mínum sé ég daufan reyk, viðkvæman og meinlausan eins og fjöður sem rekur um loftið. Á því augnabliki get ég ekki annað en velt því fyrir mér: Getur einhver raunverulega búist við því að þessir menn, sem reka hávaðasömu búnaðinn sinn í lokuðum kofa langt fyrir aftan línurnar, miði nákvæmlega við þetta litla, fjarlæga rauða merki á fjarlæga mannvirkið? Og jafnvel þótt þeim takist að slá það, fyrir kraftaverk, hvaða þýðingu hefur það tiltekna skotmark í stóra skipulagi átakanna? Hvaða áhrif gæti eyðilegging þess hugsanlega haft á víðtækari gang stríðsins? Þetta er þar sem stríð finnst óútskýranlega óljóst og ótengd, því jafnvel aðeins brot af því er ofar skilningi, og einstakir hlutar þess brots ná ekki saman í neina heildstæða heild. Ég man eftir því að hafa staðið í skotgröf í fremstu víglínu, hlustað á trylltan skothríð allt í kringum mig, en samt ekkert séð, skil ekkert af bardaganum sem átti sér stað í fjarska.

Sama tilfinning um sambandsleysi á við um hreyfingar hermanna. Til dæmis var ég einu sinni sofandi í bæ fyrir aftan víglínuna þegar ég var skyndilega ekki vakin af venjulegu öskri flugvél yfir höfuð, heldur af miklum hristingi og gnýri hótelsins sjálfs. Þessi skjálfti hélst í langan tíma, frá rétt eftir dögun og þar til um sexleytið, en byrjaði aftur skömmu síðar. Ég stóð upp úr rúminu mínu og fór út, aðeins til að komast að því að allur bærinn titraði og titraði. Hersveit var á leið í gegnum rútur. Hver rúta tók um þrjátíu hermenn og rúturnar fylgdu hver annarri með ekki meira en þrjátíu metra millibili. Rúturnar, málaðar í daufum gráum litum sem líktust orrustuskipum, voru næstum eins, nema fyrir þær sakir að sumar voru með varanlegu þaki en aðrar aðeins tímabundið. Sumir voru með gljáglugga en aðrir með opin göt á hliðunum. Allar rúturnar fluttu jafnmarga hermenn og í hverjum þeirra var rifflum staflað nákvæmlega á sama hátt. Þegar ein rútan stöðvaðist gerðu allar hinar slíkt hið sama. Hermennirnir veifuðu og brostu til ungu konunnar sem stóðu við gluggana eða á götunum. Allur bærinn var að vakna. Sama hversu snemma maður rís í slíkum bæjum, dagurinn er þegar hafinn hjá öllum öðrum.

Hermennirnir, klæddir í fölbláa einkennisbúningana, virtust ungir, kraftmiklir og nokkuð slitnir á ferðum sínum. Andlit þeirra, yfirvaraskegg, hár þeirra og jafnvel eyru voru húðuð með þykku lagi af ryki. Þeir höfðu greinilega verið á ferðinni í marga klukkutíma. Rúturnar komu sífellt upp úr rykugum þokunni yst í bænum og hurfu þær handan við hornið nálægt Ráðhúsinu. Stundum fór lögreglubíll eða farartæki með nokkrum hjúkrunarfræðingum framhjá og truflaði gönguna í stutta stund, en fljótlega héldu rúturnar áfram, hver af annarri. Tilfinningin var sú að allur franski herinn væri á ferð í gegnum bæinn. Hávaðinn, titringurinn, skröltið - allt virtist enduróma í taugum mínum. Loks fóru tveir neyðarbílar framhjá og virtist gangan stöðvast. Ég gat ekki alveg trúað því að þetta væri í alvörunni búið, en þögnin sem fylgdi var næstum yfirþyrmandi.

Það sem ég hafði orðið vitni að voru bara tvær hersveitir sem fóru í gegnum bæinn — af þeim hundruðum sem mynduðu franska herinn. Tvær herdeildir! Samt gat enginn sagt mér hvaðan þeir komu, hvert verkefni þeirra hafði verið, hvert þeir voru að fara eða hvert sérstakt hlutverk þeirra var í víðtækari bardagaáætluninni. Þeir hreyfðu sig með andrúmslofti stefnuleysis, líkt og fuglahópur sem svífur yfir víðáttumikið landslag.

En meðal hinna ýmsu hreyfinga voru meira áberandi atriði. Eitt af mest sláandi og áhrifaríkustu sjónarhornum sem ég rakst á í fremstu víglínu var ganga herfylkingar inn í lítinn sveitabæ á björtum, fallegum sumarmorgni. Fyrst kom hersveitarsveitin, málmblásturshljóðfæri hennar flekkuð og barin, og tónlistarmennirnir báru skrýtna pakka bundna við bakpoka sína. Þetta voru ekki bara tónlistarmenn, heldur líka hermenn, klæddir í slitna og skítuga einkennisbúninga. Þrátt fyrir augljósa þreytu gengu þeir fylktu liði með ákveðinni reisn og léku fjörlegan tón. Á eftir þeim voru hjólreiðamenn sem héldu í við gönguliðið. Svo kom liðsforingi á hestbaki og á eftir aðalliði hersveitarinnar. Margir rifflanna voru með stokkana vafinna í tötruð dúk. Hver hermaður bar það sem þeim hafði tekist að koma með í herferðina, þar á meðal sviðsgleraugu. Mennirnir voru hlaðnir með úrvali af brotnum, rifnum og plástruðum búnaði. Þreyta þeirra var áberandi í hverju skrefi, andlit þeirra föl og dregin. Þar á meðal var ungur liðsforingi sem virtist varla geta gengið, eins og hvert skref tæki allt úr honum. Hann hreyfði sig eins og í trans, hreyfingar hans hægar og erfiðar, ef til vill af mikilli þreytu. Einstaka sinnum væri þríhyrningslaga fáni dreginn að húni til að gefa til kynna stöðu mismunandi fyrirtækja í skotgröfunum. Hersveitin var komin úr skotgröfunum, þó hverjar, gat enginn sagt.

Það sem fylgdi var skrúðganga af skipulagsstuðningi: Rauða krossinum, hestum, útieldhúsum, kerrum, vélbyssum og skotfærum. Gufa steig upp úr eldunarbúnaðinum þegar máltíðir voru útbúnar. Jafnvel í miðri stríðinu virtist hersveitin sjálfbjarga, stjórna eigin matvælum, lækningabirgðum og skotfærum án fanfara eða athafna. Gangan var ekki stórkostleg upprifjun, heldur hljóðlátur, ákveðinn taktur bardagasveitar sem þoldi erfiðleika stríðsins.

Þegar hersveitin fór framhjá gat ég ekki annað en fundið fyrir djúpri samúð með þessum hermönnum. Ég óskaði þess að þessi ungi liðsforingi fyndi sér stað til að hvíla sig á, ágætis rúmi þar sem hann gæti jafnað sig eftir þreytu sína. Þetta var sena full af patos, en þó hulin dulúð. Hvert var hlutverk þessarar tilteknu hersveitar í stærri stefnu sem Joffre hershöfðingi mótaði?

Þrátt fyrir allt þetta, eftir nokkurn tíma við víglínuna, byrjar maður að skilja að þótt stríðsreksturinn kunni að virðast dularfullur er hún hvorki óljós né óljós. Ég minnist þess að hafa heimsótt nýlega frelsað þorp, sem enn ber merki þess að það hafi verið landið nýlega. Hermennirnir sem ég hitti voru fullir af krafti, en það var ótvírætt árvekni í framkomu þeirra. Þeir voru stöðugt á varðbergi, meðvitaðir um hætturnar í kringum þá. Þegar við skoðuðum þorpið varð ljóst að allt hafði verið vandlega skipulagt: skotgrafir, vígi, vélbyssur, gaddavír – allt hannað til að standast árásir óvina. Skipstjórinn, áberandi áhyggjufullur, sá til þess að við værum öruggir úr augsýn frá hugsanlegum þýskum leyniskyttum, vitandi að hvers kyns árvekni gæti haft skelfilegar afleiðingar í för með sér.

Það hafði verið skorinn stígur í gegnum heila röð af sumarhúsum sem gerði okkur kleift að fara eftir henni. Það leið eins og að ganga um akrein með þöglum, vakandi fígúrum. Þá var þögn rödd okkur við að tala, eins og Þjóðverjar gætu heyrt. Við fórum varlega áfram, skoðuðum inn í djúpar námur, skriðum í gegnum þrönga ganga og hvarfum inn í löng neðanjarðargöng. Við komumst inn í rými þar sem hermenn stóðu og borðuðu glaðir á meðan þeir spjölluðu sín á milli. Í nágrenninu æfði hópur manna með meinlausum handsprengjum, sprengingar þeirra ómuðu í loftinu.

Ég elti herforingjann þegar við beygðum fyrir horn og sáum okkur sjálf að horfa á eitthvað - þó ég man ekki lengur hvað það var. „Ekki vera hér,“ sagði hann og benti mér að halda áfram. Næstum um leið og ég steig í burtu rakst kúla á vegginn þar sem ég hafði staðið örfáum sekúndum áður. Það var áþreifanleg áminning um stöðuga hættu sem leyndist við hvert horn.

Andrúmsloftið framan af var hlaðið spennu. Það var yfirgnæfandi tilfinning að allir væru læstir í samfelldri baráttu, ýttu hver á annan eins og glímumenn, hver tommur af jörðu harðlega deilt. „Fyrirlaus“ væri síðasta orðið sem maður myndi nota til að lýsa öllu sem gerist hér.

Við annað tækifæri, eftir langan göngutúr, skipaði einn af skipstjórunum bíl að mæta okkur við enda vegarins. Hluti þessa vegar var óvarinn fyrir þýskum stórskotaliðum úr nokkurra kílómetra fjarlægð. Ekki fyrr en bíllinn hafði birst en við heyrðum ótvírætt, illgjarnt hljóð af skel sem kom inn. Það snerist í gegnum loftið og áður en snarkandi hljóðið dofnaði, bergmálaði sprengingin í gegnum landslagið. Sprengjan — 77 mm hásprengiefni — lenti með þrumandi öskri.

Þjóðverjar voru kerfisbundnir í skotárásum sínum. Næsta hálftímann börðust þeir nákvæmlega sama veginn og slepptu skel eftir skel með tveggja mínútna millibili. Hver skel féll í reglulegri fjarlægð, á hundrað metra fresti meðfram brekkunni. Frá nálægri gröf, fylgdist ég með sprengjuárásinni. Þetta var hrollvekjandi sýning á nákvæmni Þjóðverja, þó, frá mínu sjónarhorni, virtist þetta líka heimskuleg sóun á skotfærum. Vegurinn var greinilega auður og samt héldu þeir áfram að skjóta.

Auðvitað ákváðum við að nota ekki þann veg. Í staðinn fórum við krók í gegnum skóglendi til að mæta bílnum á öruggari stað. Vegurinn var þó óumflýjanlegur þar sem það var eina leiðin í boði. Skipstjórinn, alltaf fagmaðurinn, var óhrifinn af hættunum. „Bíllinn verður að fara upp götuna,“ sagði hann óbilandi. "Slepptu því."

Sú staðreynd að bíllinn var notaður til borgaralegra þæginda frekar en hernaðaraðgerða kom honum ekki við. Þetta var enn herbíll, ekið af hermanni, og hafði verk að vinna. Orð hans voru næstum fjörug þegar hann sneri sér að bílstjóranum: "Þú getur líka farið strax. Við munum horfa á þig þjást!" Undirforingi hló að ástandinu, þó ég gæti séð að hann hefði áhyggjur.

Þrátt fyrir fyrirvara okkar fór bíllinn áfram. Skotárásin hætti að lokum og ökumaðurinn komst ómeiddur í gegn og tilkynnti síðar að fimm stórir gígar hefðu myndast í veginum.

Annað skipti lentum við í skotgröfunum, á leið í gegnum völundarhús af þröngum, hlykkjóttum samskiptaskurðum í brattri brekku. Kærulaust augnablik - stutt útsetning fyrir ofan skurðinn - leiddi af sér tafarlausa sprengjuárás á sprengiefni. Á því augnabliki virtist þreyta frá ferð okkar, ásamt nagandi hungri, hverfa. Hljóðið af skeljum sem flautaði yfir höfuð vakti athygli mína og skyndilega færðist öll þreyta í bakgrunninn.

Skeljarnar héldu áfram að falla í nágrenni okkar og færðust smám saman nær. Við skiptum okkur í pör og hlupum og héldum fjarlægð á milli okkar, samkvæmt leiðbeiningum. Eftir hverja sprengingu gerðum við hlé og töldum fimm sekúndur þar til öll brot af skeljunni höfðu sest. Það leið ekki á löngu þar til skel virtist falla beint fyrir framan mig, sem varð til þess að jörðin skalf kröftuglega. Ég fann stinginn í gufum sprengingarinnar, en hún hafði ekki lent beint á mér - hún hafði fallið rétt til vinstri við mig.

Skurðir, ég áttaði mig á, voru undur til að lifa af. Ég fann höggbylgju sprengingarinnar, en skurðurinn hafði varið mig. Augnabliki síðar tók vinur upp brot úr skelinni — röndóttan, marglaga bolta sem var hönnuð til að valda hámarksskaða. Það var edrú áminning um að jafnvel þrátt fyrir slíkan glundroða var stríð hvorki tilviljun né tilviljun.

Einn af þeim stöðum þar sem hrottalegt, ósveigjanlegt eðli stríðs kom hvað best í ljós var í Notre Dame de Lorette. Litla kapellan sem þar stóð, nú táknrænt tákn stríðsins, var fjarri því að vera falleg, að minnsta kosti samkvæmt ljósmyndunum. En jörðin í kringum það var annað mál. Landið fyrir aftan víglínuna var vandlega skipulagt, með varnarlögum bæði yfir og neðan jarðar, hönnuð til að standast ofbeldi hernaðar. Þó að skipulag svæðisins sé ósagt get ég sagt þér að það innihélt hvers kyns varúðarráðstafanir, allt frá birgðum sem eru geymdar á öruggan hátt neðanjarðar til ýmiss konar varnaraðferða.

Ég man eftir að hafa séð stafla af lampastrompum grafna í jörðu, ósnortin af tímanum. Atriðið var ákaflega heill, útfærsla á nákvæmninni sem stríð var undirbúið fyrir. Þar á meðal hittum við fanga — tvo unga þýska hermenn undir gæslu í litlum klefa. Þeir höfðu villst of langt inn í völundarhús skotgrafanna og villst. Einn þeirra var Rauði kross maður, líklega læknanemi fyrir stríð. Hann var rykugur, þreyttur og virtist bera þunga trúboðs sem hann trúði ekki lengur á. Ég fann að ég hafði samúð með honum. Andlit hans, þótt þreyttur og gráhærður, bar samt vott um æskustyrk.

Við hittum fljótlega annan fanga, dreng sem er ekki eldri en tuttugu og eins árs. Hann var veikur, hulinn óhreinindum, einkennisbúningurinn í tættum, litaður af blóði og skotgötum. Einhver hafði gefið honum sneið af brauði, troðið inn í kyrtlinn hans. Hann leit út fyrir að vera skuggi af fyrra sjálfi sínu, holur í augum og eyðandi. Yfirmaðurinn yfirheyrði hann en drengurinn hafði lítið að segja. Andinn virtist niðurbrotinn, en það var óneitanlega léttir í framkomu hans, eins og hann væri loksins laus við hrylling stríðsins. Ég gat ekki annað en velt fyrir mér konunni sem hafði sent hann af stað til að berjast - kannski móður hans. Hjartasorg hennar var ólýsanleg, og samt, í samhengi stríðsins, hefði henni verið sagt að sonur hennar hefði dáið fyrir göfug málefni.

Seinna, þegar við fórum frá föngunum og ömurlegum sögum þeirra, rákumst við á eitthvað stefnumótara - kort. Þetta kort var risastórt, dreift í miðju skógarrjóðri. Með því að nota mismunandi litaðar krítar, merkti það framfarir framlínunnar, þar sem gult sýnir framfarir fram í maí, blátt merkir frekari ávinning í júní og rautt gefur til kynna nýjustu árásirnar, bara fyrri nóttina.

Lögreglumennirnir skoðuðu kortið með stolti og bentu á lykilstöður. Raddir þeirra, fullar af ákveðni, töluðu um hvar næstu bardagar myndu gerast. Kortið var til marks um þann miskunnarlausa þrýsting sem Þjóðverjum var beitt. Þótt þeir virði hernaðarhæfileika óvinarins, báru herforingjarnir hér sérstaka fyrirlitningu á ákveðnum þýskum herdeildum, einkum Prússum, sem þeir töldu vera óþolandi en Bæjarar.

Handan við skóginn var landslagið auðn. Það var búið að sprengja jörðina linnulaust og ekkert skilið eftir nema gíga og snúinn málm. Það voru engin tré, enginn gróður - bara auðn. Samskiptaskurðirnir sem við fylgdumst með leiddu okkur í gegnum þetta hrjóstruga land, þar sem ekki eitt einasta grasstrá gat vaxið. Hin endalausa sprengjuárás hafði sótthreinsað jörðina.

Þegar við héldum áfram ferð okkar hittum við hermenn sem sögðu okkur sögur sínar. Einn skipstjóri sagði frá því hvernig hann og menn hans höfðu barist við að halda stöðu sinni 9. mars síðastliðinn þrátt fyrir frostvatn og ís í skurðinum. "Við gáfumst ekki upp," sagði hann stoltur, "en við misstum tuttugu menn og tuttugu og fjórir til viðbótar voru með frostbitna fætur." Fyrir hann hafði þessi dagsetning markað tímamót í lífi hans.

Lengra á leið rákumst við á annan lögreglumann sem talaði í síma og benti mönnum sínum á hvar þeir ættu að skjóta. Allt í kringum okkur var stríðið að þróast í rauntíma og hermenn voru enn í baráttunni um land sem virtist renna í gegnum fingur þeirra.

Síðan komum við á stað þar sem við sáum slétturnar. Eyðilögð þorp, eyðilögð vegna átakanna, vöktu landslagið. Souchez, St. Eloi, Angres — nöfn sem nú eru fræg um allan heim fyrir blóðsúthellingarnar sem þeir höfðu orðið vitni að. Þorpið Ablain St. Nazaire skar sig þó úr. Einu sinni blómlegt samfélag, var það nú lítið annað en safn af svörtu timbri og mölbrotnum mannvirkjum. Kirkjan hennar, hol skel, reis eins og beinagrind. Fyrir þá hermenn sem þar höfðu barist og dáið, myndi þetta þorp aldrei verða það sama aftur.

V. British Lines

Ímyndaðu þér stóra sléttu, en ekki tóma. Það er heldur ekki hrjóstrugt teygja án lífs eða upphækkunar. Frekar er þetta landslag með hæðum, þar á meðal rís sérstaklega athyglisverð, krýnd af heillandi gamla bæ sem býður upp á víðáttumikið útsýni yfir nærliggjandi svæði. Þessi víðátta er langt frá því að vera einhæf. Það er ríkulega skógi vaxið, vel ræktað og alls ekki í auðn. Sléttan er lifandi með þorpum á víð og dreif um hana og smáir kaupstaðir eru aldrei of langt á milli. Þessar byggðir eru samtengdar með neti vega, margra malbikaðra, og síki, með virðulegum fjölda járnbrauta sem þræða í gegnum þær.

Frá lofti er það fyrsta sem stendur upp úr gnægð trjáa. Ávalir toppar þeirra virðast ráða ríkjum í landslaginu og aðeins toppar kirkjuturna rísa yfir þessu gróskumiklu þaki. Aðrar gerðir byggingarlistar eru minna áberandi, aðeins sýnilegar í svipinn á milli laufanna. Helstu litbrigði landslagsins eru grænir og gráir litir og oft speglar himininn þessa litatöflu, þungur og skýjaður. Mikil andstæða milli Norður-Frakklands og Suður-Belgíu er lúmsk, aðeins merkt af tungumálinu á verslunarskiltum og kaffihúsamatseðlum, en svæðin tvö bera að öðru leyti sláandi líkindi í líkamlegum og menningarlegum einkennum.

Viðvera Breta í þessu landi er athyglisverð, einkennist af blöndu af formlegri kurteisi og undirliggjandi hlýju. Hernámið er bæði áberandi og næði, jafnvægi hernaðarreglu og mannlegra tengsla.

Einn ákveðinn fundur sker sig úr. Þegar ég sat í þorpsgötu og naut útimáltíðar af sultusamlokum, með mótorbíl sem hlaðborð okkar, spurði ég skrítinn ungan dreng að leika við lítinn terrier: "Hvað kallarðu hundinn þinn?" Hann svaraði með feimnu en stoltu brosi, "Tommy." Sveitin, þversuð um símskeyti og símalínur, iðkar af sýnilegri uppbyggingu, ekki síst í formi vegamerkja. Skiltin eru stór og bein, eitt af þeim algengustu er skipunin „Motor-trucks dead slow", birt með feitletruðum stöfum á bakgrunni erlendra gatna. Á næstum öllum fjölförnum gatnamótum í bæjunum standa hermenn sem umferðarstjórar og tryggja hnökralaust flæði glæsilegs magns ökutækja.

Vegirnir eru stöðugt þrengdir, fullir af vélrænum flutningum. Umfang umferðarinnar er yfirgnæfandi, þar sem vélknúnir vörubílar einoka vegina. Þessi risastóru farartæki, með óeðlilega stærð þeirra, skapa ringulreið þegar þau flækjast við annars konar flutninga—bíla, sendiferðamenn á mótorhjólum, bændakerrur og hermenn sem fara í göngur. Afleiðingin er mun óskipulegri umferðarteppu en maður gæti fundið í iðandi miðbæ, eins og Piccadilly Circus fyrir leikhússýningu. Vélknúnir vörubílar, þó þeir séu fyrirferðarmiklir, stuðla oft að stöðvunarárásinni, ekki bara vegna mikillar stærðar, heldur vegna hegðunar hermannanna sem hjóla á þeim. Hver vélflutningsbíll ber venjulega tvo hermenn að framan og einn að aftan. Hins vegar, einmana hermaðurinn aftast, sem er einangraður, stekkur oft í framsætið til að sameinast félögum sínum og skapar flöskuháls fyrir aftan þá þegar önnur farartæki reyna í örvæntingu að sigla framhjá. Aðeins þegar bíll liðsforingja verður fyrir áhrifum fara hermennirnir óviljandi aftur í rétt sæti, eftir stutta en snarpa áminningu.

Þessi iðandi, óreglulega starfsemi á vegum dregur upp mynd af flókinni, vel smurðri vél sem starfar í bakgrunni. Þetta er svo viðamikið og margþætt kerfi að það minnir strax á þann eina mann sem er aðalpersónan í þessari stofnun - æðsti yfirmaður. Þó að hann sé ekki illskiljanlegur er nærvera hans yfirvofandi. Fljótt berst orð um að hann muni vera laus til að hittast á ákveðnum tíma, og þegar þú kemur nokkrum mínútum á undan áætlun, lendir þú í stórri, nokkuð ströngu skrifstofu með greinilega gallískan blæ, mildaður af þungri nærveru enska hans. -Saxneskt starfsfólk.

Þú ert fljótlega kynntur fyrir meðlimum hershöfðingjans, sem, þó þeir séu frægir og frægir, ganga inn og út af skrifstofunni með látlausu afskiptaleysi. Þeir eru sérfræðingar, nöfn þeirra eru samheiti yfir ágæti hersins, en í næsta herbergi, handan við þungu tvöföldu hurðirnar, situr hinn sanni kraftur þessarar aðgerða. Yfirhershöfðinginn. Þegar þér er loksins hleypt inn í návist hans eru áhrifin strax - tilfinning um lotningu og þyngdarafl fyllir herbergið.

Herbergið sjálft, sem eitt sinn var teiknistofa, ber enn vott um fyrri glæsileika þess, með silkiþiljuðum veggjum og langvarandi nærveru flygils í horninu. Í miðjunni geymir stórt borð ítarlegt kort sem teygir sig yfir borðið eins og landslag í litlum myndum. Maðurinn sjálfur er þykkur mynd, ekki hávaxinn heldur heilsteyptur, með litlar hendur og fætur, neglurnar slitnar af karakter. Stutta hvíta yfirvaraskeggið hans og ljós augun eru í skörpum andstæðum við rauðleitt yfirbragð hans. Höku hans er sérstaklega áberandi, næstum ögrandi eiginleiki. Það er ekkert of fágað við hann; í staðinn er framkoma hans einbeitt og ákafur, talar í stuttum, hugsandi setningum og gengur fram og til baka og staldrar hugsi við á milli orða. Þegar hann talar um óvininn, sérstaklega Þjóðverja, er vísvitandi látbragð, ögrandi höfuðhristing sem segir mikið um ásetning hans. Þetta er stelling manns sem er tilbúinn að gera upp gamlar skorður. Nærvera hans streymir frá harðduglegri ákveðni og hljóðlátri andúð.

Eftir stutt samtal segir yfirhershöfðinginn þig frá störfum og þegar þú ferð lifir tilfinningin um að hafa hitt goðsagnakennda persónu. En hann er ekki eina persónan sem skiptir máli í þessu víðfeðma hernaðarneti. Það eru tveir aðrir lykilmenn, sem báðir eru jafn stórkostlegir í sjálfu sér: Fjórðungsstjórinn, sem hefur umsjón með efnisöflun, og Adjudant-General, sem ber ábyrgð á framboði á mannafla. Við hlið hans er stórprófastshöfðinginn, persóna sem hefur endanlegt vald, sem tryggir aga og heldur uppi valdinu til að ákvarða líf og dauða.

Hver af þessum myndum starfar innan nets sem spannar mörg stjórnunarlög. Sérhver her, sveit, herdeild og herdeild hefur sinn leiðtoga og starfslið, sem allir vinna sleitulaust að því að tryggja snurðulausa starfsemi þessarar miklu og flóknu hernaðaraðgerða. Á þeim tíma sem ég var á vettvangi fékk ég tækifæri til að borða og spjalla við nokkra háttsetta yfirmenn, sem allir voru aðdáunarlega hollir og stöðugt á ferðinni. Þeir höfðu sjaldan tíma til að slaka á, sumir risu við dögun og fóru á eftirlaun eftir miðnætti. Einn hershöfðingi sem ég hitti sagði frá fallega garðinum hans, en þegar ég spurði hvort hann hefði einhvern tíma heimsótt hann svaraði hann með hráslagalegu brosi: "Ég hef aldrei verið í honum."

Á kvöldin, eftir langan vinnudag, fóru hershöfðingjarnir oft í eðalvagnum sínum og héldu til baka á skrifstofur sínar fyrir vinnuna seint á kvöldin sem myndi teygja sig fram undir morgun. Mikið magn vinnu og ábyrgðar jafnvel á lægsta stjórnstigi, eins og í höfuðstöðvum deildar, er yfirþyrmandi. Hver deild hefur yfir að ráða um tuttugu þúsund hermönnum og vinnan sem fylgir því er að miklu leyti stjórnunarleg, oft hversdagsleg og venjubundin. Einhver heillandi vinnan á sér þó stað í ljósmynda- og kortagerðinni. Þúsundir korta eru framleidd, hvert og eitt sýnir mismunandi hlið á vígvellinum á ýmsum tímum, og sérstökum kortum er reglulega dreift til yfirmanna á vettvangi til að tryggja að þeir hafi nýjustu upplýsingarnar til að leiðbeina ákvörðunum sínum.

Í hverju horni þessa víðfeðma nets, frá hershöfðingjum til fótgangandi hermanna, er stanslaus áhersla á reglu, nákvæmni og skilvirkni, sem endurspeglar þá gríðarlegu ábyrgð sem hver einstaklingur ber við að halda uppi stríðsátakinu.

Innréttingar- og viðgerðarskúrar Royal Flying Corps voru einhver merkilegustu mannvirki sem ég hafði nokkurn tíma séð - fullkomlega hönnuð, ekki aðeins í hagnýtum tilgangi heldur einnig með snert af glæsileika. Ég fékk tækifæri til að heimsækja þau í grimmu stormi, sem jók aðeins lotninguna. Vélarnar voru miklar og áhrifamiklar; framleiðslustigið, yfirþyrmandi. Skipulagið var aðferðafræðilegt, vísindalegt og skilvirkt og starfsfólkið bæði vingjarnlegt og mjög hæft. Þegar ég horfði á flugvélarnar - þessi fuglabúr full af fuglum, eins og þau voru oft kölluð - og gleypti í mig kjarna flugsins, var ekki lengur erfitt að ímynda sér þessi ótrúlegu afrek sem þessir flugmenn voru að framkvæma daglega, svífa um himininn í allar áttir . Einn maður flaug til dæmis yfir Gent tvisvar í viku eins reglulega og lestaráætlun og hafði aldrei orðið fyrir alvarlegum skaða. Þessir flugmenn höfðu einstaka líkamlega yfirburði, eða svo var talið - hávaði þeirra eigin vélar dró út hljóðin frá sprengjusprengingunum sem beint var að þeim.

Breski hermaðurinn sem staðsettur er í Frakklandi og Flæmingjalandi, kemur í ljós, er langt frá því að vera sjálfbjarga. Hann krefst ótrúlegs mikils stuðnings - meira en flestir gætu ímyndað sér. Ég sá einu sinni skammta fyrir einn dag leggja á bakka, og það virtist vera ómögulegt magn af mat til að neyta í aðeins einni lotu. Þar var kjöt, mikið beikon, ostur, sulta, brauð og grænmeti. Það var líka te, sykur, salt, krydd og stundum smjör, auk vikulegrar birgðir af tveimur aura af tóbaki og eldspýtukassa. En mest áberandi hluturinn á bakkanum var án efa kjötið. Samhliða þessu þurfti hermaðurinn meira en bara mat. Hann þurfti eldsneyti, bréf frá ástvinum, þrifnað, fatnað og fjölda stríðsbirgða sem voru nauðsynlegar til daglegrar lífs og hernaðar. Og öllum þessum þörfum varð að mæta, stöðugt, af mikilli nákvæmni.

Aðeins er hægt að átta sig á umfangi þessarar eftirspurnar þegar litið er til samfelldra vörustrauma sem berast til Norður-Frakklands, ekki aðeins frá Bretlandi heldur um allan heim. Þetta efnisflæði, knúið áfram af brýni stríðsins, er eins og öflugt, óvægið afl - ósýnilegur segull sem dregur allt í átt að framlínunni, dag og nótt. Að rekja tiltekna slóð eða nákvæmt innihald þessara strauma væri næstum ómögulegt, en það er einn punktur þar sem þeir allir renna saman: járnbrautarhausinn.

Herbrautarstjóri gæti virst eins og ómerkileg, meðallítil járnbrautarstöð, en hún er í raun mikilvæg miðstöð. Það er ekki einu sinni endirinn á járnbrautarlínu, þó hún þjónar sem höfuðstöðvar fyrir sviðsbirgðasúlu - deild sem er aðeins ein af mörgum í Frakklandi og Flæmingjalandi. Þessari tilteknu stöð var stýrt af majór, sem þrátt fyrir khaki einkennisbúning sinn og notkun hernaðarmáls var ekki eins og staðalímynda herstjórnarmajorinn. Áhersla hans var ekki á hernaðarstefnu eða bardaga heldur á birgðaviðskipti. Starf hans var að taka á móti skipunum frá herdeildum deildarinnar, sem breyttust stöðugt, og tryggja að þær skipanir væru uppfylltar innan þröngs tíma, þrjátíu og sex klukkustunda. Hugsanlegt er að þessi majór hafi aldrei einu sinni séð skotgröft og hann var vissulega ekki þjálfaður með byssu, en sérþekking hans lá í því að takast á við skipulagsþætti stríðs — að tryggja að lestirnar kæmu á réttum tíma og að vörubílarnir væru í fullkomnu lagi .

Heiður liðs hans var bundinn í kvittunum, ekki bardagaaðferðum.

Þessi majór bar ábyrgð á öllu sem herdeild hans þurfti, nema vatn og skotfæri. Hann hafði umsjón með komu lestum hlaðnum birgðum, allt frá mat og fatnaði til eldhúss og sviðsbyssur, jafnvel að fá bréf frá eiginkonum hermanna. Hann efaðist aldrei um hvernig þessir hlutir bárust; hans eina áhyggjuefni var að tryggja að lestirnar væru stundvísar og að vélknúnar vörubílar hans væru í toppstandi. Dag eftir dag streymdu tonn af birgðum út frá járnbrautarhausnum undir vökulu auga hans, þar á meðal 280 póstpokar sem sendir voru til hermanna í fremstu víglínu. Farartækjum hans var viðhaldið af slíkri nákvæmni að þau ljómuðu eins og þau væru vélar í lúxussnekkju. Það var á vissan hátt töffari herþjónustunnar, en það var líka mikilvægt fyrir hnökralausan rekstur stríðsátaksins.

Óaðskiljanlegur hluti af járnbrautarrekstrinum var járnbrautarbyggingalestin, sem gat lagt nýja braut á ótrúlegum hraða - nokkra kílómetra á dag. Þessi sjálfstæða lest þjónaði sem geymsla, verkstæði og kastalinn allt í einu og tryggði áframhaldandi stækkun og viðhald járnbrautarlínanna sem tengdu framlínurnar við umheiminn.

Þegar ég ferðaðist meðfram vegunum sá ég af og til gróf skilti negld á tré með merkingum eins og „fóður", „matvörur", „kjöt" og „brauð". Ef ég beið nógu lengi gæti ég horft á einn af straumum vélknúinna flutningabíla frá járnbrautarteinunum leggjast og losa farm sinn. Innan nokkurra augnablika myndu birgðirnar – hvort sem það væru kjöt, brauð eða grænmeti – hverfa eins fljótt og þær hefðu birst, andarfarnar í búðirnar, búðirnar og skotgrafirnar. Í öðrum hluta túnsins gæti ég orðið vitni að því að frosið kindakjöt frá Nýja-Sjálandi væri steikt í jarðofni, sjón sem þótti nokkuð sveitaleg, en hún var undarlega ánægjuleg. Mikið magn af mat sem verið var að útbúa var yfirþyrmandi og mér fannst ótrúlegt hversu mikið væri hægt að gera jafnvel í svo frumstæðri uppsetningu.

Fyrir utan matarbirgðir voru óætu efnin, sérstaklega í verkfræðingagarðinum. Þarna myndir þú finna öll hugsanleg tæki og tæki sem tengjast hernaði - hluti sem oft voru of flóknir til að lýsa í smáatriðum en voru nauðsynlegir fyrir stríðsátakið. Símarnir, hjálmar og annar búnaður var umfram allt sem flestir almennir borgarar höfðu nokkurn tíma séð. Og svo var það skotfærilestin - sannarlega skelfileg sjón. Að afferma lestina þýddi að meðhöndla alls kyns skotfæri, allt frá riffilskotum til stórfelldra skota sem gætu auðveldlega eyðilagt farartæki. Samhliða sprengiefninu voru ýmis flugeldatæki og sprengjur sem sumar virtust bara bíða eftir minnstu snertingu til að koma þeim af stað. Lögreglumennirnir meðhöndluðu þessi tæki af ógnvekjandi tillitsleysi, eins og þau væru bara venjubundin atriði, en það var erfitt að finna ekki fyrir hættu í návist þeirra.

Það merkilegasta var þó fjarvera hermannanna sjálfra. Í breskum línum var nánast eins og herinn sjálfur væri ósýnilegur. Alls staðar sást hermenn, en þeir voru yfirleitt í aukahlutverkum og sáu til þess að efnislegum þörfum annarra hermanna væri mætt. Reyndar bardagamenn voru erfiðari að finna, oft í litlum hópum eða stökum einingum. Á einni sérstaklega langri gönguferð um sveitina fylgdi ég hershöfðingja og trampaði í gegnum skotgrafir, aðeins til að uppgötva tvo hermenn — liðsforingja og undirmann hans. En jafnvel þeir voru ekki í fremstu víglínu. Liðsforinginn eyddi dögum sínum í að fylgjast með þýsku vígstöðvunum í gegnum sjónauka úr grafhýsi sínu, þar sem hann var með rúm, síma og nokkra persónulega muni. Einstaka sinnum hringdi síminn dauft, en þegar ég spurði um það útskýrði lögregluþjónninn að þetta væri ekkert til að hafa áhyggjur af. Það var bara einhver sem talaði við einhvern annan.

Verkefni liðsforingjans var að fylgjast með ákveðnum hluta framhliðarinnar og gefa skýrslu um það, en þar sem ég stóð þarna gat ég ekki annað en hugsað um víðáttumikið land, hæðirnar og dalina sem við höfðum farið yfir til að komast að þessum stað, og að því er virðist léttvægir blettir jarðarinnar sem höfðu verið þungamiðjan í svo miklu ofbeldi. Það fékk mig til að velta því fyrir mér hversu mikið blóð hefði verið úthellt fyrir svona lítil og ómerkileg landsvæði.

Foringinn útskýrði nákvæmlega hvert smáatriði fyrir okkur og veitti dýpri skilning á hegðun þýsku hermannanna eins og hann hafði fylgst með þeim. Samt þagði hann þegar kom að eigin venjum. Hann var ekki bara liðsforingi; hann var aðeins áhorfandi - horfði stöðugt í gegnum þrönga rauf í holunni, laus við hvers kyns persónulegar áhyggjur. Lífsstíll hans, þægindi hans, hugsanir hans - hvort rúmið hans var óþægilegt, hvernig hann fékk matinn sinn eða hvort honum leið einhvern tímann - voru spurningar sem við spurðum aldrei. Geðslag hans, einkahugsanir hans um lífið í gröfinni og jafnvel tíðnin sem hann fékk bréf voru mál sem við létum ósagt. Hann var dularfull persóna, maður skilgreindur eingöngu af hlutverki sínu sem áhorfandi.

Hann var lágvaxinn og mildur liðsforingi, röddin mjúk, en samt var ákveðin hlýja þegar hershöfðinginn, sem hafði þegar tekið sér leyfi, staldraði við í skjóli nokkurs nærliggjandi laufblaðs. Hershöfðinginn, brosandi og kinkaði kolli, ávarpaði hann með nafni: "Góðan daginn, Blank," rödd hans var gegnsýrð af ótvíræðri hlýju. Það var greinilegt að á milli þeirra ríkti dýpri skilningur, gagnkvæmt þakklæti sem var meira en formsatriði. „Veistu — er það ekki, Blank? — hversu mikils ég met þig. Orðin voru lúmsk, en þau geymdu dýpt sem var hverful í augnablikinu. Eftir stutt orðaskipti, þegar hershöfðinginn byrjaði að ræða tónlistarhúsin í London og nýjustu flytjendurna, kom hið venjulega þvaður aftur.

Við annað tækifæri varð ég vitni að sjaldgæfu sjónarspili — tuttugu hermenn að búa sig undir alvöru sprengjuæfingu. Aðstæður voru spennuþrungnar þar sem þeir æfðu sig í að sprengja þýskan skotgraf með lifandi sprengiefni. Ungi liðsforinginn sem var við stjórnvölinn, að því er virðist óhugnaður af hættunni, sýndi frjálslega hvernig ætti að meðhöndla sprengjurnar. "Það er alveg öruggt," fullvissaði hann okkur, "þar til ég tek þennan pinna út." Þar með fjarlægði hann pinnana og við horfðum á mennina ganga í átt að skurðinum og undirbúa sprenginguna. Okkur var haldið í öruggri fjarlægð, haldið á bak við hvaða skjól sem landslagið bauð upp á – ekkert annað en smáir jarðhaugar. Vaktmenn fylgdust með og gættu þess að enginn færi of nærri sér. Okkur var bent á að húka lágt og verja okkur. Þegar við kúrðum á bak við bráðabirgðaskýlið okkar heyrðum við þrumuhljóð sprenginga — Bang! Bang! Bang! — samfara háværu væli brots brotna sem snerist um loftið fyrir ofan okkur. Þegar reykurinn byrjaði loksins að losna, gægðumst við yfir brúnina og sáum hermennina þjóta fram og þrjóskast við skurðinn sem var sprengdur. Fyrir kraftaverk slasaðist enginn þeirra eða lést.

Í enn einu tilviki fékk ég það sjaldgæfa tækifæri til að verða vitni að heilu herliði í aðgerð. Nokkur þúsund karlar, í fylgd flutningabíla sinna, gengu í fullkominni mynd, og tveir hershöfðingjar fylgdust grannt með merki um ófullkomleika. Sýningin var ekkert minna en tignarleg - ógnvekjandi sýning á hernaðaraga. Það vantaði hins vegar þann hráleika sem ég hafði búist við af stríði. Í stað þess að finna fyrir spennu og ringulreið bardaga sá ég fínstillta vél.

Þegar ég horfði á þá ganga fór ég að velta því fyrir mér: ef allur breski herinn gengi fram hjá mér á þessum hraða, hversu langan tíma myndi það taka fyrir þá að fara framhjá? Ég reiknaði út að það myndi taka um það bil þrjár vikur af stanslausri athugun, án nokkurra matarhléa, til að sjá allan kraftinn í heild sinni. Þetta var undraverður skilningur - sú sem gerði mig enn betur meðvitaðan um hversu óviðráðanlegur stríðsstærð var enn.

Líflegri mynd af hernum fékk ég þegar ég heimsótti böð nýrrar deildar — Nýja hersins. Þar böðuðust hermennirnir, augnabliks hvíld frá óreiðu stríðsins. Uppsetningin var ótrúlega bresk - kannski meira en hermenn og yfirmenn gerðu sér grein fyrir. Böðin voru til húsa í stórri verksmiðju sem endurnýjuð var í þessu skyni. Ungur liðsforingi, eflaust áhugasamur um að taka þátt í baráttunni en fór í þetta stjórnunarhlutverk, stjórnaði böðunum. Hann var ekki aðeins baðvörður heldur hafði hann umsjón með þvottastarfinu og sá til þess að hermenn gætu skipt í hrein nærföt eftir baðið. Í þvottahúsinu voru konur og stúlkur á staðnum, sem unnu sleitulaust við mjög háan hita, þó engin virtist hökta undir hitanum. Eftir margar vikur að hafa verið umkringd hörðum, vélrænum stríðsheimi voru konurnar, með náð sinni og þokka, kærkomin sjón. Þeir voru töfrandi - kannski vegna þess að þeir gáfu hverfula áminningu um mýkri og mannlegri hlið lífsins, sem hafði lengi verið fjarverandi í daglegri tilveru okkar.

Meðal muna í þvottahúsinu var sérkennileg safnsýning - safn skyrta sem klæðst höfðu á fyrstu dögum skotgrafahernaðar, minjar um óþverra og vesen sem voru orðnir hluti af þeim sem klæðast þeim. Þessar skyrtur voru, að sögn sérfræðinganna, óviðjafnanlegar í algjörri óreiðu. Þetta var undarleg, næstum grótesk, virðing til djúps stríðsins.

Böðin sjálf voru einföld en samt skilvirk – stór, rjúkandi ker þar sem hermenn gátu skrúbbað burt óhreinindi vígvallarins. Tvö hundruð og fimmtíu menn gátu baðað sig, skipt um og verið tilbúinn til skyldu á einni klukkustund. Stærri hópar gátu hjólað í gegn á morgnana, þó að hið raunverulega umfang aðgerðanna kom fyrst í ljós þegar ég sá heilu hersveitirnar ganga inn, skítugar og þreyttir, og koma nýhreinsaðar fram, að því er virtist yfirvegaðari og öruggari. Þetta var stutt andartak í ringulreiðinni. Fjöldi hermanna sem gengu í átt að böðunum og þeir sem gengu í burtu, ýttu undir vaxandi grun um að miklu stærri her væri til, falinn einhvers staðar í nágrenninu.

En þrátt fyrir þessa innsýn af hernum í verki, átti ég enn eftir að skilja víðáttu hersins eða flókna innviði hans. Ég hafði fylgst með birgðalínum og straumum auðlinda sem fluttust vestur, aftur í átt að Englandi. Þar, á sjúkrahúsunum í Boulogne, varð ég vitni að næsta stigi þessarar skipulagningarferðar. Ferlið var vandað og hvert skref var hannað til að tryggja að hermennirnir fengju bestu mögulegu umönnun, allt frá Hjálparstöðinni til framhaldsbúningsstöðvarinnar, Sjúkrabílsins á vettvangi og loks Slysahreinsunarstöðvarinnar. Í Boulogne sá ég sjúkrahús þar sem þúsundir hermanna fengu aðhlynningu fyrir sárum sínum. Jafnvel á úthreinsunarstöðvunum var lögð áhersla á að flytja mál hratt - flokka þau og senda þau áfram til frekari umönnunar. Sumir menn, sem höfðu farið í gegnum fyrstu stigin, myndu að lokum fara um borð í sjúkraflutningalestir eða pramma og sigla í átt til Englands til að fá meiri meðferð.

Í Boulogne kom í ljós hversu umfangsmikið átakið var til að hlúa að hinum særðu. Þvottahúsið eitt og sér var svo umfangsmikið að það hafði farið yfir bæinn, með verkum sínum sent til Englands til vinnslu. En jafnvel í þessu umhverfi var aðalmarkmiðið að hreinsa málin - að flytja þau eins fljótt og auðið er á næsta stig umönnunar.

Eitt af því athyglisverðasta var hestasjúkrahúsið. Mörg hrossin slösuðust, sum með skeljasár, en þeim var sinnt af sömu alúð og umhyggju og mennirnir. Sjónin á hesti sem gekkst undir aðgerð undir klóróformi skildi eftir varanleg áhrif. Dýrið, sem neitaði að vakna eftir aðgerðina, var varlega laðað aftur til lífsins. Það var ómögulegt að sjá hestinn sem neitt annað en lifandi veru sem andaði, ekkert öðruvísi en mennirnir sem voru meðhöndlaðir vegna sára sinna.

Á síðustu augnablikum tíma minnar við víglínuna, sá ég innsýn í sanna mælikvarða breska hersins. Ég gekk eftir þröngum viðargöngustígum og fór í gegnum sandpokaveggi sem mynduðu framlínuvörnina. Í gegnum sjónauka sá ég óvinastöðurnar og gaddavírinn sem skildi okkur að. Menn færðu sig inn og út úr augsýn, undirbjuggu sig fyrir bardaga eða sinntu smærri verkefnum. Hermennirnir voru tilbúnir en andrúmsloftið var undarlega rólegt - fjarri ringulreiðinni í framlínunni. Þegar ég skildi við majórinn, sem hafði verið að leiðbeina mér um svæðið, varð mér ljóst hversu ólíkur heimurinn sem ég hafði séð var frá heiminum sem ég hafði ímyndað mér.

„Jæja, hvað finnst þér um „skurðirnar“ okkar? spurði majórinn og rödd hans var eftirvæntingarfull.

„Allt í lagi,“ svaraði ég, þó að svar mitt væri meira af vana en einlægum eldmóði. Ég velti því fyrir mér hvort stutt svar mitt hefði fullnægt honum.

Þegar ég fór gat ég ekki annað en hugleitt það sem ég hafði orðið vitni að. Ég skildi, í fyrsta skipti, hvað stríð var í raun og veru - flókin, miskunnarlaus vél, sem malar allt sem á vegi þess verður. Samt gat ég samt ekki skákað þeirri tilfinningu að það væri svo miklu meira undir yfirborðinu, hulið sjónum. Og þegar ég lagði af stað snerust hugsanir mínar að ferðinni framundan og velti því fyrir mér hvort við myndum sigla veginn aftur á öruggan hátt.

Þegar við nálguðumst Ypres rákumst við á borgaravagn, innihald hans blanda af húsgögnum frá hógværu heimili og nokkrum löngum gylltum myndarömmum. Sjónin á glitrandi gullinu á vagninum vakti athygli okkar í ringulreiðinni. Vindurinn var óvæginn, sterkur og hlýr, þeytti upp rykinu frá bæði veginum og járnbrautarteinum í nágrenninu, sem gerði loftið þykkt af óþægindum. Fjarlægt gnýr stórskotaliðs var stöðugt, áminning um hættuna í kringum okkur. Við vorum hvattir aftur og aftur til að drífa okkur framhjá ákveðnum svæðum, til að forðast að staldra við og farartækin sem fluttu okkur fengu nákvæmar leiðbeiningar um hvar við ættum að leita skjóls í stuttri fjarveru okkar.

Þegar við héldum áfram fórum við framhjá stað þar sem skel hafði slegið í jörðina við hliðina á veginum, með þeim afleiðingum að mold og grjót féll á þak sjúkrahússins hinum megin. Það undarlega er að hælið sjálft virtist ósnortið og vegurinn undir fótum okkar var ómeiddur. Hins vegar rusl úr sprengingunni þakið. Þrátt fyrir merki eyðileggingarinnar í kringum okkur fundum við lítinn ótta; líkurnar á því að rammagerðarmaðurinn sleppi með eigur sínar virtust honum í hag. Og svo sannarlega gerði hann það. Samt sló ástandið á undarlegan hljóm innra með mér. Ofurviðkvæmum, öðrum en þýskum huga, virtist það nánast óréttlátt að myndarammarinn, eftir að hafa misst lífsviðurværi sitt, skyldi þurfa að hætta lífi sínu bara til að bjarga leifum af einu sinni blómlegu ferli hans.

Lengra inn í borgina, nálægt útjaðri hennar, urðum við vitni að tveimur mönnum sem unnu að því að bjarga plankum af efri hæð byggingar sem hafði lítið orðið fyrir skemmdum. Það var nánast allt sem eftir var af mannvirkinu og þeir unnu ákveðni og hættu öllu til að endurheimta þessi dýrmætu efni. Viðleitni þeirra, í samhengi við víðtækari eyðileggingu, virtist næstum heimskulega hetjuleg.

Það voru nærri tveir áratugir síðan ég heimsótti Ypres síðast og þá var endurreisn borgarinnar nýhafin. Endurreisn sögulegra kennileita, þar á meðal fatahallarinnar og dómkirkju heilags Marteins, var að ljúka þegar stríðið braust út, rétt í þann mund að átökin myndu valda usla. Þessi staðreynd, eins og sumir Þjóðverjar héldu fram, styrkti kenningu þeirra um að Belgía, í samráði við Breta, hefði verið að undirbúa stríð allan tímann - fáránleg fullyrðing sem var þó víða dreifð. Grande Place, eitt stærsta almenningstorg í Evrópu, var enn auðþekkjanlegt. Reyndar var það svo stórt að meðalstór sjóskip gæti passað inn í hana. Það voru engin önnur torg í London eða New York þar sem 10.000 tonna skip var svo auðvelt að koma fyrir. Jafnvel 15.000 tonna skip eins og það arabíska myndi passa, þó á ská.

The Grande Place hafði orðið vitni að miklu af sögunni. Á 13. öld hafði það verið hjarta blómlegs bæjar með iðandi íbúafjölda 200.000 vefara. Samt, í gegnum aldirnar, hafði blanda af staðbundinni óstjórn og erlendri yfirgangi fækkað íbúum borgarinnar verulega. Á 16. öld var það komið niður í 5.000 og á 20. öld hafði það minnkað í rúmlega 17.000. Nú var það alveg í eyði. Borgin var orðin óbyggileg. Aðeins mánuðum fyrir heimsókn mína hafði borgin verið full af lífi. Fólkið sem hafði flúið í fyrstu sprengjubylgjunni byrjaði að síast inn aftur en von þeirra var skammlíf. Í þriðju viku apríl, hafði Grande Place séð nokkur viðskipti, með sölubásum sem seldu póstkort sem sýna eyðileggingu járnbrautarstöðvarinnar. En svo kom stóra sprengjuárásin, sem mér var sagt að væri enn í gangi.

Til að skilja umfang eyðileggingarinnar þarf aðeins að stíga inn í dómkirkju heilags Martins. Þetta gotneska mannvirki, fyrst og fremst byggt á 13. öld, hafði orðið fyrir hörmulegum skemmdum. Turninn, sem hafði verið ófullgerður frá byggingu hans, yrði aldrei fullgerður núna. Mikið af líki dómkirkjunnar var í rúst. Kórinn var alveg þaklaus og hlutar af apsi og frumgotneska skipinu höfðu verið sprengdir í sundur. Rósaglugginn á suður þverskipinu, sem eitt sinn var hrífandi sjón, hafði verið að engu. Að innan hlóðust rusl úr eyðilögðum hlutum byggingarinnar upp eins og óþekkjanlegt fjall, sem huldi hina einu sinni glæsilegu innréttingu. Hrúgurinn af brotnum múrsteinum, steinum og ryki teygði sig yfir 15.000 til 20.000 fermetra feta og hækkaði á stöðum allt að sex eða sjö metra hátt. Það var eins og dómkirkjan hefði verið gleypt af jörðinni sjálfri. Það var hættulegt að klifra yfir rústahauginn þar sem hann líktist svikulum fjallgarði.

Þrátt fyrir eyðilegginguna voru nokkrar leifar fegurðar eftir. Bjartir litir altarissins stóðu í algjörri andstæðu við eyðilegginguna í kring og orgelið, kraftaverka heilt, loðaði við norðurvegg kórsins. Í helgidóminum sátu kerti og altarisinnréttingar gulnar af ætandi áhrifum píkrínsýru. Úr fjarlægð virtist dómkirkjan traust, en þegar inn var komið var óttinn við að brothættu leifarnar gætu hrunið saman við minnsta ónæði.

Þegar ég fór frá dómkirkjunni fann ég léttir en sú tilfinning var skammvinn. Rétt fyrir utan stóð ég frammi fyrir eyðileggingarkraftinum sem hafði valdið þessari eyðileggingu. 17 tommu skel hafði skilið eftir 50 feta breiðan gíg og sprengingin varð í kirkjugarði, þar sem bein hins látna lágu nú á víð og dreif á milli flakanna.

Klæðasalurinn, ef til vill tilkomumeiri en dómkirkjan sjálf, hafði orðið fyrir svipuðum, ef ekki verri, skemmdum.

Þriggja hæða framhliðin, sem eitt sinn var undur byggingarlistar, stóð í hruni að hluta. Það var stórt skarð vinstra megin og glerið var löngu horfið. Framhliðin virtist halla örlítið fram, þó ég gæti ekki sagt hvort það væri sjónblekking eða raunveruleg breyting á uppbyggingu hennar. Miðturninn, þó að hann væri mölbrotinn, bar samt nokkurn svip á upprunalegu formi. Restin af innréttingum byggingarinnar hafði verið gerð að óskipulegum rústum. Hin fallega Niewwerk, endurreisnarmannvirki í austurenda Cloth Hall, var horfið að öllu leyti ásamt ráðhúsinu í nágrenninu. Aðeins brot af bogadregnu múrverki og hrúgur af rusli merktu hvar þau stóðu áður.

Svæðið í kringum Grande Place var ekkert betra. Þegar ég gekk um torgið fann ég mig umkringd rusli og rústum. Nokkrar byggingar, eins og Hopital de Notre Dame, höfðu lifað tiltölulega óskemmdar, þó þær væru enn mikið skemmdar. Restin af torginu var hins vegar lítið annað en grafreitur af mölbrotnum veggjum og möluðum mannvirkjum. Á ákveðnum svæðum var lykt af rotnun og dauða í loftinu, sterk áminning um kostnað stríðs.

Á einum tímapunkti staldraði ég við til að gera grófa skissu af atriðinu í von um að fanga glæsileika eyðileggingarinnar fyrir afkomendur. Sjónin sem blasti við mér, með draumandi leifum sínum af einu sinni frábærum byggingum, var svo sláandi að ég hélt að bresku ríkisstjórninni bæri skylda til að mynda hana almennilega, til að tryggja að heimurinn sæi umfang eyðileggingarinnar.

Ég sat á brún skeljarholu nálægt spítalanum og þorði ekki að komast of nálægt af ótta við að byggingin myndi hrynja. Vindurinn öskraði í kringum mig og hljóðið af skothríð í fjarlægum mæli hætti aldrei. Bresk flugvél flaug hátt fyrir ofan, nærvera hennar minnti á að stríðinu væri hvergi nærri lokið. Göturnar í kringum mig voru hræðilega þöglar, fyrir

utan einstaka vindhviðu eða fjarlægan reyk frá annarri
brennandi byggingu. Grande Place, sem einu sinni var
blómleg miðstöð viðskipta og lífs, var nú auðn og áleitin
áminning um eyðilegginguna sem stríð olli.

Ég hvíslaði að sjálfum mér: "Skel gæti lent hér hvenær sem
er."

Ótti læddist inn í hjarta mitt, en furðu, það var ekki óttinn
við yfirvofandi skel sem neytti mig. Nei, þetta var eitthvað
miklu ákafari: yfirþyrmandi, kæfandi einmanaleikinn. Borgir
eins og Rheims og Arras, þótt stríðið hafi orðið fyrir
áhrifum, voru enn í byggð. Það var fólk — póstmenn,
dagblöð, verslanir, jafnvel kaffihús sem rauluðu af daufum
takti eðlilegs lífs. En í Ypres var ekkert. Ekkert amstur,
ekkert líf. Sérhver gata leið eins og tóm eyðimörk, laus við
jafnvel grundvallarmerki um tilvist. Ekki einn einasti
hundur skrappaði eftir rusl. Þögnin var kæfandi, þung eins
og ósýnileg lóð sem þrýsti mér að brjósti mér.

Til að forðast allan rugling hafði ég lofað
starfsmannastjóranum að yfirgefa ekki stöðu mína á torginu
fyrr en hann kæmi aftur. Hvorugt okkar vildi eiga það á
hættu að ráfa um völundarhús gatna, óvart að leika feluleik
í þessum ljóta, mannlausa bæ. Ég var því einn eftir, fangi í
því mikla tómarúmi sem umlykur mig. Ég þráði sárlega eftir
að félagar mínir kæmu aftur.

Allt í einu ómaði raddir og fótatak dauft í fjarska. Tveir breskir hermenn birtust handan við hornið og gengu hægt yfir torgið. Á móti víðáttunni í tóma rýminu virtust þau pínulítil, næstum ómerkileg. Ég fann skyndilega löngun til að nálgast þá, til að tala, en ég vissi betur. Englendingar gera það ekki, sérstaklega á stað eins og Ypres. Við skiptumst á frjálslegum augum - hvorki meira né minna - hvert og eitt okkar og létum eins og allt væri fullkomlega eðlilegt.

Svo lengi sem þeir voru í sjónmáli fann ég fyrir undarlegri öryggistilfinningu, eins og nærvera þeirra gæti bægt vaxandi vanlíðan í brjósti mér. En þegar þeir hurfu í fjarska, kom óttinn aftur, sterkari en áður. Þetta var ekki bara ótti - þetta var alltumlykjandi ótta, óróleg tilfinning sem nagaði taugarnar á mér og fékk hugann til að hlaupa með myrkar hugsanir.

Ég hafði lofað að skissa atriðið, svo ég fór að vinna, en það var meira af skyldurækni en löngun. Þegar verkefninu var lokið spratt ég á fætur, fús til að komast út úr takmörkunum í litla horninu mínu. Ég ráfaði um göturnar í von um að koma auga á vini mína snúa aftur, en það eina sem ég fann var sama tómið og hafði verið að ásækja mig. Ég var þunglynd, pirruð og sá eftir ákvörðun minni að koma í fremstu röð. Ég gat ekki skákað þeirri tilfinningu að ég gæti aldrei farið lifandi frá Ypres.

Þegar ég loksins sá starfsmannastjórann nálgast, streymdi léttir yfir mig. En auðnin var lengi á eftir, eins og dimmt ský sem neitaði að hverfa.

Í Ypres, eins og svo margir staðir sem stríð snertir, voru
götur sem eitt sinn iðuðu af lífi. Einn af aðalvegunum, Rue
de Lille, stóð upp úr í minningunni. Það teygði sig frá móts
við Cloth Hall, niður að Lille hliðinu, og leiddi í átt að
þýsku línunum. Þessi gata hafði verið fræg fyrir töfrandi
byggingarlist. Þar var Hospice Belle, 13. aldar athvarf fyrir
aldraðar konur, safnið, eitt sinn Hótel Merghelynck, fullt af
fornminjum, og Hospital of St. John, þó ekki eins merkilegt
og nafna þess í Brugge. Maison de Bois, falleg gotnesk
bygging, stóð stolt við enda götunnar og Steenen, fjórtándu
aldar mannvirki, hafði verið breytt í pósthús bæjarins.

Samt, þegar ég gekk niður Rue de Lille núna, varð ég
hrifinn af draugalegri auðn hennar. Fyrir utan pósthúsið,
sem virtist heilt á undraverðan hátt, lá restin af götunni í
rúst. Veggir bygginga voru orðnir brotnar leifar, illgresi
spratt upp úr sprungum í steinum og ryk þyrlaðist í loftinu,
borið af vindinum þegar það sópaði í gegnum draugalegar
leifar bæjarins. Lyktin af rotnun var allsráðandi, steig upp úr
brotnu múrverkinu sem leyndi leifum fortíðar. Það var eins
og gatan sjálf syrgði tapið á einu sinni líflegu lífi.

Þegar ég beygði inn í hliðargötu gekk ég fram hjá því sem
virtist vera heimili blúndugerðarmanna. Þessi litlu hús, svo
auðmjúk og lítt áberandi, virtust ósnortin af
eyðileggingunni. Þjóðverjar hefðu, með nákvæmni sinni,
forðað slíkum götum frá stórskotaliðsskoti, því þær voru
ómerkilegar í stórkostlegum tortímingu þeirra. Samt gat ég
ekki annað en velt því fyrir mér hvernig þeir náðu svo
nákvæmri nákvæmni með stórskotaliðinu sínu, með það
sem hlýtur að hafa verið ótrúlega nákvæm kort að
leiðarljósi. Það var orðrómur um að sum þessara korta
hefðu verið fengin með svikum, að þýskir umboðsmenn
hefðu gefið sig út fyrir að vera borgarar til að afla
upplýsinga.

Þrátt fyrir að göturnar virtust ósnortnar var kyrrðin
óhugnanleg. Dyrnar að litlu húsunum stóðu galopnar og
sýndu herbergi í óreiðu. Litlu stofurnar, þótt þær væru
óreglulegar, innihéldu samt leifar daglegs lífs: húsgögnum,
sem einu sinni var ástúðlega raðað, nú hent til hliðar í flýti.
Skúffur voru troðfullar af gripum og skúffur voru skildar
eftir opnar, ekki tæmdar, eins og íbúarnir hefðu skyndilega
verið truflað í lífi sínu.

Það var sláandi hversu lík þessi hógværu heimili voru hvert
öðru, innréttingar þeirra nánast eins í einfaldleika sínum.
Þessi sameiginlegi metnaður til að spegla líf hvers annars
var átakanleg, jafnvel í hörmulegum einfaldleika sínum.
Göturnar sjálfar virtust segja sögu af rofnu lífi, af konum
og börnum sem flýðu í flýti og skildu eftir sig ævi minninga
og eigur á víð og dreif eins og fargaðar leifar fyrri lífs
þeirra.

Þó innréttingarnar hafi verið skyndimynd af fjölskyldulífinu
- eldunaráhöld, föt, litlar minningar um lífið truflað - hikaði
ég við að fara upp. Ég vissi að rán var stranglega bönnuð
og ég virti reglurnar, þó ég gæti ekki annað en liðið eins og
gestur í gleymdum heimi. Þegar ég gekk hús úr húsi
yfirgnæfði hrollvekjandi kyrrðin mig. Þessi heimili höfðu
einu sinni verið lifandi í takti hversdagslegs tilveru, en nú
stóðu þau sem holar áminningar um það sem hafði tapast.

Það sló mig hvað allt hafði breyst hratt. Fyrir augnabliki
höfðu þessi hús verið heimili. Svo barst viðvörun –
skyndilega og útbreidd – um göturnar og á örskotsstundu
urðu þeir líflausir, yfirgefin mannvirki, laus við fyrrverandi
íbúa sína. Hvert þeir fóru spurði ég aldrei. Það virtist
tilgangslaust. Þeir höfðu einfaldlega horfið, sokkið inn í
víðáttumikið haf flóttamanna.

Handan við bæinn lágu auðn úthverfi líka í rúst. Verksmiðjur stóðu eins og ryðgaðar beinagrindur, skurðir voru staðnir og gleymdir og járnbrautarstöðvar stóðu hljóðar, yfirgefnar ágengandi illgresinu. Það leið eins og tíminn sjálfur hefði stöðvast og skilið eftir sig aðeins rúst af því sem áður hafði verið blómlegt samfélag.

Skammt fyrir utan útjaðrina lágu þýsku stórskotaliðsstöðvarnar, byssur þeirra beint að hjarta Ypres. Þetta voru eyðileggingarvopnin, með leiðsögn manna sem höfðu helgað líf sitt því að fullkomna list tortímingar. Í kringum þá voru hermenn, sem einu sinni voru frjálsir menn, sem nú voru gerðir aðeins stríðstæki og framkvæmdu skipanir af grimmilegri skilvirkni.

Hver skel sem rigndi yfir Ypres var afrakstur nákvæmrar skipulagningar, bein afleiðing af skipunum sem höfðu verið vegnar og ákvarðaðar með vandlega útreikningum. Eyðilegging þessa forna bæjar var ekki tilviljunarkennd; þetta var markvisst, vísvitandi tilraun til að eyða einhverju fallegu. Hershöfðingjarnir, andlit þeirra fyllt af grimmilegri ánægju, myndu fagna hverju vel heppnuðu höggi. "Önnur skel í Dómkirkjunni!" þeir myndu hrópa. "Gat í Fatahöllinni!" Og svo var Ypres hægt og rólega rutt í rúst, aldagamla saga þess í molum.

"En," gætirðu sagt, "þetta er stríð, þegar allt kemur til alls." Og já, kannski er það satt. En jafnvel í stríði, það eru augnablik þegar við staldra við til að velta fyrir okkur harmleiknum alls.

Framtíð Ypres, þótt óviss sé, er enn viðfangsefni sem grípur ímyndunaraflið. Þó að hún sé aðeins ein af mörgum borgum sem hafa mátt þola hræðilegar þjáningar, skipar hún án efa einstakan sess í sögunni. Margir smærri bæir og þorp hafa orðið fyrir eyðileggingu svipað og Ypres og í sumum tilfellum gætu þeir jafnvel þurft að þola meiri eyðileggingu. Hins vegar hefur engin borg með sama stigi af sögulegu, viðskiptalegu og listrænu vægi orðið fyrir eins miklum þjáningum og Ypres hingað til. Það stendur sem hörmulegt tákn um eyðilegginguna sem þýsk hersveit olli í Belgíu í stríðinu.

Ypres sat á veginum til Calais, en nálægð þess við þessa stefnumótandi leið var ekki raunveruleg orsök eyðileggingarinnar. Jafnvel þótt þýsku byssurnar hefðu ekki gert borgina rústir, hefði leiðin til Calais ekki orðið auðveldari fyrir hervél þeirra. Ypres var aldrei ætlað að vera hernaðarvígi og það gæti ekki hafa þjónað sem eitt. Hefðu Þjóðverjar getað sigrað bresku hersveitirnar sem staðsettar voru nálægt Ypres, hefðu þeir getað farið í gegnum borgina með lítilli mótspyrnu, eins og rándýr um óvarið akur.

Hinn raunverulegi glæpur Ypres var óheppileg staðsetning hennar. Það lá á vegi svekkts og reiðs óvinahers, sem, þrátt fyrir yfirgnæfandi tölulega yfirburði og gífurlegan skotkraft, gat ekki skipt um litla en ákveðna breska herinn á svæðinu. Þýsku hersveitirnar, fullar af hroka og oftrú, voru skiljanlega reiðar yfir vangetu þeirra til að slá í gegn. Í reiði sinni reyndu þeir að eyðileggja eitthvað - hvað sem er - til að lina gremju sína. Niðurstaðan var eyðilegging á dýrmætustu byggingar- og menningarmerkjum Ypres, svo sem dómkirkjunni og fatahöllinni, sem hrundu saman undir þunga rangstöðu reiði þeirra. Skotgröfur borgarinnar héldust hins vegar ósnortnar.

Þessi eyðilegging Ypres, þótt tilgangslaus sé, felur í sér ákveðinn sálfræðilegan sannleika. Það var afleiðing af yfirþyrmandi tilfinningu um getuleysi, örvæntingarfullri þörf til að eyðileggja eitthvað þegar sigur náðist ekki á vígvellinum. Þessi sálfræðilegi veruleiki veitir innsýn í hvers vegna Ypres, borg sögunnar og fegurðarinnar, var lögð í rúst. Það markar lok kafla í sögu borgarinnar og upphaf nýrrar, óvissrar framtíðar.

Til að skilja framtíð Ypres er nauðsynlegt að leggja mat á skaðann sem hún hefur orðið fyrir. Þó borgin hafi verið í rúst er hún ekki alveg eyðilögð. Þegar ég kom í heimsókn í júlí fann ég að um helmingur bygginga í Ypres stóð enn, að vísu í skemmdum. Þótt þessi mannvirki séu skemmd af eyðileggingu stríðs, er hægt að gera við mörg þeirra fljótt. Íbúar Ypres, sem margir hverjir voru á vergangi, gætu snúið heim til sín með lágmarks erfiðleikum, að því gefnu að efnahagsaðstæður séu hagstæðar. Það er óhjákvæmilegt að efnahagsástandið batni þar sem dugmikið fólk í Belgíu mun endurreisa það sem tapast.

Hins vegar eru þekktustu mannvirki borgarinnar - þau sem stóðu í hjarta borgar- og menningarlífs Ypres - horfin. Tökum sem dæmi Grande Place, sem hefur verið gjöreyðilagt. Ef Ypres á að jafna sig á einhvern hátt sem líkist fyrri dýrð sinni, þarf að endurbyggja byggingarnar sem eitt sinn stóðu yfir Grande Place. Þetta mun krefjast gríðarlegrar áreynslu þar sem undirstöður þessara mannvirkja eru grafnar undir rústunum. Ég áætla að það hafi verið að minnsta kosti 150 byggingar í einkaeigu á Grande Place, hver með mörgum hæðum, og hver þeirra var einu sinni mikilvæg tekjulind og lífsviðurværi fyrir fólkið sem átti þær. Þeir sem einu sinni kölluðu Ypres heim eru nú dreifðir um Evrópu, fátækir og vonsviknir. Sama eyðileggingin nær til annarra mikilvægra gatna eins og Rue de Lille.

Ef eigendur fasteigna í Ypres myndu snúa aftur og reyna að endurbyggja, væri umfang verkefnisins yfirþyrmandi. Það myndi krefjast gríðarlegs frumkvæðis, seiglu og trúar á framtíðina sem gæti hrætt jafnvel hina dirfstu meðal þeirra. Ennfremur verður endurreisnarverkefnið hamlað af skorti á bæði fjármagni og vinnuafli, þar sem Evrópa er á fullu að jafna sig eftir stríðið. Skortur á vinnuafli verður að öllum líkindum skárri en hinn fjármálalegi, þar sem hver atvinnugrein mun krefjast starfsmanna. Hin gríðarlega umfang enduruppbyggingar, allt frá því að hreinsa undirstöðurnar til að endurinnrétta heimili og finna leigjendur, mun gera þetta að ógnvekjandi, kannski ómögulegt, verkefni.

Á vissan hátt mun Ypres aldrei ná sér að fullu. Borgin, ef hún verður endurbyggð, verður skuggi fyrri sjálfs síns, áminning um hryllinginn sem einu sinni átti sér stað þar. Nýja Ypres verður tjaldsvæði innan um rústirnar, bráðabirgðabyggð þar sem fólk safnast saman en hverfur aldrei að fullu til fyrri lífskrafts borgarinnar. Í komandi kynslóðum, ef ekki að eilífu, mun Ypres vera vitnisburður um tilgangslaust ofbeldi stríðs og heimsku þeirra sem ollu því.

Í beinu framhaldi af stríðinu er líklegt að Ypres verði staður sem hefur sögulega þýðingu. Það mun laða að ferðamenn og ferðamenn frá öllum heimshornum. Hótel og leiðsögumenn munu spretta upp og ferðamenn munu heimsækja rústirnar í hópi, fúsir til að verða vitni að eyðileggingunni af eigin raun. Sumt fólk mun án efa hagnast á þessu makabera sjónarspili og breyta harmleik borgarinnar í tekjulind. Þetta eru hörmuleg örlög fyrir íbúa Ypres, en óumflýjanleg. Því fleiri sem heimsækja Ypres og kynnast sögu hennar, því meiri er vonin um framfarir mannkyns.

Ef hægt er að varðveita framhlið Fatahallarinnar ætti hún að bera áletrun til að minnast atburðanna 31. júlí 1914, þegar Þýskaland fullvissaði Belgíu um að það myndi virða hlutleysi sitt, aðeins til að brjóta það loforð aðeins nokkrum dögum síðar. Áletrunin myndi hljóða:

"Þann 31. júlí 1914 gaf þýski ráðherrann í Brussel jákvæða og hátíðlega fullvissu um að Þýskaland hefði ekki í hyggju að brjóta hlutleysi Belgíu. Fjórum dögum síðar réðst þýski herinn inn í Belgíu. Horfðu í kringum þig."

Þegar þú gengur um rústir Ypres getur maður ekki annað en fundið fyrir blöndu af fyrirlitningu og reiði vegna blygðunarlausra tilrauna þýskra stjórnvalda til að réttlæta gjörðir sínar. Afsakanir Þjóðverja fyrir gjörðir sínar - illgjarnar, afvegaleiddar og fáránlegar - standa í algjörri mótsögn við raunveruleika eyðileggingar borgarinnar. Samt sem áður er ákveðin ömurleg ánægja með að vita að Þýskaland mun einn daginn sjá eftir glæpnum sem það hefur framið. Leiðtogarnir sem einu sinni státuðu af hernaðarhæfileika sínum standa nú frammi fyrir afleiðingum gjörða sinna og munu líklega hristast í stígvélunum þegar þeir búa sig undir að takast á við óumflýjanlegt niðurfall frá elju sinni og villimennsku.

LOKIÐ

www.ingramcontent.com/pod-product-compliance
Lightning Source LLC
Chambersburg PA
CBHW070551160726
48003CB00005B/1991